AF347841

വിശപ്പ് ഒരു പുസ്തകം എഴുതുന്നു

vishappu oru pusthakam ezhuthunnu
stories

●

baby thomas

●

first chintha edition
august 2019

●

published
chintha publishers, thiruvananthapuram

●

typesetting
star communications, thiruvananthapuram

●

cover
vinod mangoes

Rights reserved

വിതരണം

ദേശാഭിമാനി ബുക്ക് ഹൗസ്

H O തിരുവനന്തപുരം-695 035
phone: 0471-2303026, 6063026
www.chinthapublishers.com
chinthapublishers@gmail.com

ബ്രാഞ്ചുകൾ

ഹെഡ്ഓഫീസ് ബ്രാഞ്ച് കുന്നുകുഴി • സ്റ്റാച്യു തിരുവനന്തപുരം • കെ എസ്
ആർ ടി സി ബസ് സ്റ്റേഷൻ ആലപ്പുഴ • കെ എസ് ആർ ടി സി ബസ്
സ്റ്റേഷൻ എറണാകുളം • മച്ചിങ്ങൽ ലെയ്ൻ തൃശൂർ • ഐ ജി റോഡ് കോഴി
ക്കോട് • മാവൂർ റോഡ് കോഴിക്കോട് • എൻ ജി ഒ യൂണിയൻ ബിൽഡിങ്
കണ്ണൂർ • സെൻട്രൽ ബസ് ടെർമിനൽ കോംപ്ലക്സ് താവക്കര കണ്ണൂർ

CO - 2832 / 5096
ISBN - 978-93-88485-93-7

വിശപ്പ് ഒരു പുസ്തകം എഴുതുന്നു

(കഥകൾ)

ബേബി തോമസ്

ചിന്ത പബ്ലിഷേഴ്സ്
തിരുവനന്തപുരം-695 035

ബേബി തോമസ്

കോട്ടയം ജില്ലയിലെ കാഞ്ഞിരപ്പള്ളിയിൽ ജനനം. ബംഗ്ലാവു പറമ്പിൽ പരേതരായ തോമസും ഏലിക്കുട്ടിയുമാണ് മാതാ പിതാക്കൾ. കാഞ്ഞിരപ്പള്ളി പേട്ട ഗവൺമെന്റ് ഹൈസ്കൂൾ, സെന്റ് ഡൊമിനിക്സ് കോളേജ് എന്നിവിടങ്ങളിലായി വിദ്യാ ഭ്യാസം. *ഓശാന* മാസികയിൽ സബ് എഡിറ്ററായി തുടക്കം. *എലുക* എന്നൊരു സമാന്തര പ്രസിദ്ധീകരണം നടത്തി. ഇപ്പോൾ തിരുവനന്തപുരത്ത് സ്വതന്ത്ര മാധ്യമപ്രവർത്തനം.

ഒറ്റക്കഥയ്ക്കുള്ള ദീപനാളം ചെറുകഥാപുരസ്കാരം, ലളി താംബികാ അന്തർജ്ജന സ്മാരക കഥാസമ്മാനം, മുംബൈ ജ്വാലയുടെ എം പി നാരായണപിള്ള കഥാപുരസ്കാരം, കായിക്കര ആശാൻ സമിതിയുടെ ആശാൻ പ്രൈസ്, കൊച്ചിൻ റിഫൈനറീസ് ലിമിറ്റഡിന്റെ മില്ലേനിയം കഥാപു രസ്കാരം, യുവധാരാ സാഹിത്യ അവാർഡ് എന്നിവ ലഭി ച്ചിട്ടുണ്ട്.

നിരവധി ടെലിവിഷൻ പരിപാടികളുടെ തിരക്കഥാകൃത്തും സംവിധായകനും.

ഭാര്യ   :   ഗീത
മകൾ   :   കബനി (തുമ്പി)
വിലാസം :   ജ്യോത്സ്ന, ടി സി 27/2021 (1)
              വഞ്ചിയൂർ പി ഒ
              തിരുവനന്തപുരം – 35
ഫോൺ   :   9895124181, 9744639573

ഉള്ളടക്കം

രണ്ടു ജന്മങ്ങളുടെ സങ്കടങ്ങൾ
മുഴുവൻ എനിക്കുതന്ന്
ജനിച്ചപ്പഴേ എന്നെ വേർപിരിഞ്ഞുപോയ
എന്റെ മറുപാതിക്ക്.

പ്രസാധകക്കുറിപ്പ്

ആധുനികത സൃഷ്ടിച്ച വിഭ്രമാത്മകതയിൽനിന്ന് ജീവിത ത്തിന്റെ ചേലി നിലങ്ങളിലേക്ക് ചുവടുവയ്ക്കുന്ന പുതു കഥ കളോട് ചേർത്തുവയ്ക്കാവുന്നവയാണ് ബേബി തോമ സിന്റെ കഥകൾ. കീഴാളജീവിതത്തിന്റെ നെരിപ്പോടുകൾക്ക് ചൂടുപിടിക്കാൻ തുടങ്ങിയിട്ട് കാലമേറെയായില്ല. എഴു ത്തിന്റെ പന്തിഭോജനം നടക്കുമ്പോഴും പുറത്തു നില്ക്കേണ്ടി വന്നവർ ഏറെനേരം അവിടെ നിന്നില്ല. കരു ത്തിന്റെ തിരിഞ്ഞു നടക്കലാണിവിടെയുണ്ടായത്. ദൂരെ നിന്നും സഹാനുഭൂതിയോടെ കണ്ട ജീവിതങ്ങളല്ല അകത്തുനിന്നുള്ള കാഴ്ചകളാണ് ബേബി തോമസിന്റെ കഥകളിൽ നിറയുന്നത്.

ചിന്ത പബ്ലിഷേഴ്സ്

കഥയുടെ വൻകരകൾ അന്വേഷിച്ച്

പെരുമ്പടവം ശ്രീധരൻ

ജ്വാല മാസിക ഏർപ്പെടുത്തിയ എം പി നാരായണപിള്ള സ്മാരക ചെറുകഥാ അവാർഡ് സ്വീകരിക്കാൻ മുംബൈയിൽ എത്തിയ ബേബി തോമസിനെ അവിടെ വച്ച് കാണുമ്പോൾ എനിക്ക് എന്തെങ്കിലും പ്രത്യേ കത തോന്നിയില്ല. ഒതുങ്ങിയ പ്രകൃതത്തോടുകൂടിയ ഒരു ചെറുപ്പക്കാ രൻ. മുംബൈയിലെ എഴുത്തുകാരെയും സഹൃദയരെയുംകൊണ്ട് സമ്പ ന്നമായ ആ സദസ്സിൽവച്ച് ബേബി തോമസിന് അവാർഡ് നല്കിയത് ഞാനാണ്. വിശിഷ്ടാതിഥികളുടെ പ്രസംഗങ്ങളൊക്കെ കഴിഞ്ഞ് അവാർഡിനു നന്ദി പറയാൻ ബേബി തോമസ് മൈക്കിനു മുന്നിൽ ചെന്നു നിന്നപ്പോഴും ആ ചെറുപ്പക്കാരൻ അഴിച്ചു വിടാൻ പോകുന്നത് ഒരു കൊടു ങ്കാറ്റാണെന്ന് ഞാൻ പ്രതീക്ഷിച്ചില്ല. അവാർഡ് നല്കിയതിന് സൗമ്യ മായി നന്ദി പറഞ്ഞതിനുശേഷം തന്റെ എഴുത്തിന്റെ വഴികളിലേക്ക് തിരി ഞ്ഞപ്പോൾ ബേബി തോമസ് പെട്ടെന്ന് ആളാകെ മാറി. ജീവിതത്തിന്റെ നോവും നിരാശയും പകൽ വീറും പ്രത്യാശയുമൊക്കെ ബേബി തോമ സിന്റെ വാക്കുകളിൽ കിടന്നിരമ്പി. സമൂഹമേല്പിച്ച മുറിവുകൾ ഹൃദയ ത്തിൽ വഹിച്ച അനേകം തലമുറകളുടെ വ്യഥയും രോഷവും ആ ചെറു പ്പക്കാരനിൽ കത്തിയെരിയുന്നത് ഞാൻ കണ്ടു. മുംബൈയിലെ ആ പ്രൗഢമായ സദസ്സിനു തോന്നിയിട്ടുണ്ടാവണം ഈ എഴുത്തുകാരൻ മല യാള കഥയിൽ അയാളുടെ ഹൃദയമുദ്ര പതിഞ്ഞ കഥകൾ കൊണ്ട് തന്റെ സ്ഥാനം പിടിച്ചടക്കുമെന്ന്.

ഞാനന്നേരം ബേബി തോമസിന്റെ സമ്മാനാർഹമായ കഥ വായിച്ചി ട്ടുണ്ടായിരുന്നില്ല. ആ രാത്രി ഹോട്ടൽ മുറിയിലിരുന്ന് ഞാൻ ആ കഥ വായിച്ചു. പിറ്റേന്ന് യാത്ര പറയാൻ വന്നപ്പോൾ ഞാൻ സന്തോഷത്തോടെ ബേബി തോമസിനെ ചേർത്തുപിടിച്ച് അഭിനന്ദിച്ചു.

ഞങ്ങൾ രണ്ടുപേരും പാർക്കുന്നത് തിരുവനന്തപുരത്തായതു കൊണ്ട് പിന്നീട് വല്ലപ്പോഴും എവിടെയെങ്കിലുംവെച്ച് കണ്ടുമുട്ടാൻ കഴി ഞ്ഞിരുന്നു. കഥാമത്സരങ്ങളിൽ ബേബി തോമസ് സമ്മാനാർഹനാകു ന്നത് പത്രങ്ങളിൽ വായിക്കുമ്പോൾ എന്റെ സ്നേഹിതൻ കൂടുതൽ കൂടു തൽ അംഗീകരിക്കപ്പെടുന്നതിൽ ഞാൻ അതിയായി സന്തോഷിച്ചു.

നീണ്ട ഒരു ഇടവേളയ്ക്കു ശേഷം തന്റെ ഒരു കഥാസമാഹാരത്തിന്റെ ആശയവുമായിട്ടാണ് ബേബി തോമസ് എന്നെക്കാണാൻ വരുന്നത്, അതാ ണിത്. *വിശപ്പ് ഒരു പുസ്തകമെഴുതുന്നു.*

എന്റെ പീഡാനുഭവങ്ങൾ എന്ന ആദ്യത്തെ കഥയിൽ ഒരു കൊച്ചൗ സേപ്പ് അയാളുടെ കഥ പറഞ്ഞു തുടങ്ങുന്നു. കുന്നിൻമുകളിൽ അയാൾക്ക് ഓലമേഞ്ഞ ഒരു വീടുണ്ട്. അവിടെ ജീവിതത്തിന്റെ ദുരിതങ്ങൾ അനുഭ വിക്കുന്ന അപ്പനും അമ്മയും അനുജത്തിയുമുണ്ട്. കൊച്ചൗസേപ്പ് യുക്തി വാദിയും പുരോഗമനക്കാരുമാണ്. ഗ്രന്ഥശാലയിൽനിന്ന് രാത്രി ഇരുട്ടിൽ വീട്ടിലേക്കു നടക്കുമ്പോൾ ദാമുക്കണിയാരുടെ പട്ടി അയാളെ കടിച്ചു. തന്റെ കൃത്യം നിർവ്വഹിച്ചതിനു ശേഷം പട്ടി അന്നുതന്നെ സംഭവസ്ഥ ലത്തുനിന്നും മുങ്ങി. പട്ടിയെ കാണാതായപ്പോൾ കണിയാരും കണിയാ ട്ടിയും കൊച്ചൗസേപ്പിന്റെ നേരെ തിരിഞ്ഞു. അതിനിടയ്ക്ക് നാട്ടുകാർ വലിയ ഭയാശങ്കകളിൽ അകപ്പെട്ടു. പട്ടിക്ക് പേ ഇളകിയിട്ടുണ്ടാവുമോ? വെള്ളം കോരാൻ ചെന്ന പെൺകുട്ടിയാണ് കിണറ്റിനുള്ളിൽ ചത്തുപൊ ന്തിക്കിടക്കുന്ന പട്ടിയെ കണ്ടത്. പട്ടി ചത്തതിനെ സംബന്ധിച്ച് നാട്ടു കാർ ചേരിതിരിഞ്ഞ് തർക്കിക്കാൻ തുടങ്ങിയപ്പോൾ പ്രശ്നം ഒരു ആഭ്യ ന്തരകലാപത്തിന്റെ നിലയിൽ പൊട്ടിത്തെറിച്ചു. വഴിയോരങ്ങളിൽ ശവ ങ്ങൾ വീണു. താഴ്‌വരയിൽ രക്തം കട്ടപിടിച്ചു. അപ്പോൾ പി ടി കൊച്ചൗ സേപ്പ് എന്ന കഥാപുരുഷന്റെ അവസ്ഥ എന്താണ്? അയാൾ കാലിലെ പഴുത്തുനാറുന്ന വ്രണത്തിൽ തലോടി താഴ്‌വരയിലേക്കും നോക്കി ഇരു ന്നു. പെട്ടെന്ന് അയാളുടെ ദൃഷ്ടിയിൽ ഒരു കാഴ്ച വന്നു തറച്ചു. യുദ്ധം ചെയ്യുന്ന ജനങ്ങൾക്കിടയിലൂടെ താഴ്‌വരയിൽനിന്ന് ഒരു രൂപം മലമുക ളിലേക്ക് കയറി വരുന്നു. ദാമുക്കണിയാരുടെ പട്ടി! അപ്പോൾ കിണറ്റിൽ ചത്തുപൊന്തിക്കിടന്ന പട്ടിയേത്? സംശയം കടിച്ചുകീറിയ മനസ്സോടെ കൊച്ചൗസേപ്പ് അങ്ങനെ കിടക്കുമ്പോൾ പട്ടി പടിവാതിൽ കടന്ന് കൊച്ചൗ സേപ്പിന്റെ കിടക്കയ്ക്കരികിൽ ചെന്ന് വാലാട്ടിക്കൊണ്ട് തലതാഴ്ത്തി നിന്നു. കൊച്ചൗസേപ്പിന്റെ ശക്തി ചോർന്ന് അയാളുടെ ശരീരം വിറ കൊണ്ടു. പട്ടിയപ്പോൾ കൊച്ചൗസേപ്പിന്റെ കാലിലെ പഴുത്ത മുറിവിൽ മൃദുവായി നക്കി. അതിന്റെ സുഖത്തിൽ ലയിച്ച് കണ്ണടച്ചു കിടക്കുമ്പോൾ തന്റെ പൃഷ്ഠത്തിൽ വെളുത്ത ചുട്ടികളോടു കൂടിയ ഒരു വാൽ മുളച്ചു പൊന്തുന്നതുപോലെയും വായിൽനിന്ന് കോമ്പല്ലുകൾ വളർന്നിറങ്ങുന്ന തുപോലെയും അയാൾക്കു തോന്നി. പൊടുന്നനെ കൊച്ചൗസേപ്പ് കട്ടി ലിൽനിന്നും ചാടി ഇറങ്ങി താഴ്‌വരയിൽ തമ്മിൽ തല്ലുന്നവരുടെ നേരെ നോക്കി ഉച്ചത്തിൽ കുരച്ചു.

നിജസ്ഥിതി അറിയാതെ നിസ്സാര സംഭവങ്ങളുടെ പേരിൽ കൊല്ലാനും ചാകാനും മടിക്കാത്ത സമൂഹത്തിന്റെ നേർക്ക് ചൊരിയുന്ന നിശിതമായ പരിഹാസം കൊണ്ട് ഈ കഥ മൂർച്ചയുള്ള ഒരു കത്തി പോലെ തിളങ്ങുന്നു. യാഥാർത്ഥ്യം എന്താണെന്ന് അന്വേഷിക്കാനോ അറിയാനോ ക്ഷമയില്ല. കേട്ടപാതി കേൾക്കാത്ത പാതി ആളുകൾ ഏതെങ്കിലും പക്ഷം ചേർന്നു കഴിഞ്ഞു. നമ്മുടെ ഇടയിലെ യുദ്ധങ്ങൾ മിക്കതും ഉണ്ടാകുന്നത് ഇങ്ങനെയാണ്. മിണ്ടാപ്രാണികൾക്കുള്ള സൗഹൃ ദമോ അനുതാപമോ വീണ്ടുവിചാരമോ പോലും മനുഷ്യർക്കില്ലാതെയാ വുന്നു. ആ സത്യം വെളിവാക്കിക്കൊണ്ട് ഈ കഥ രോഗാതുരമായ സമൂ ഹത്തിന്റെ ഒരു യാഥാർത്ഥ്യമായി വേർതിരിഞ്ഞു നില്ക്കുന്നു. അപ്പോൾ കൊച്ചൗസേപ്പിന്റെ രൂപാന്തരമോ? ഓരോരുത്തർക്കും ഓരോ തരത്തിൽ ഇഴപിരിച്ചെടുക്കാവുന്ന സാദ്ധ്യതകളുണ്ട് അതിന്. സമൂഹവും കാലവും ചേർന്ന് ഒരാളെ അയാൾ യഥാർത്ഥത്തിൽ എന്താണോ അതിൽനിന്ന് പുറത്താക്കുന്നു എന്നാണ് എനിക്ക് മനസ്സിലായത്. ഓർക്കണം, ആദി യിൽ കൊച്ചൗസേപ്പ് ഒരു ബുദ്ധിജീവിയായിരുന്നു. തീക്ഷ്ണമായ നർമ്മ ബോധത്തിന്റെ ഒരു അടിയൊഴുക്കുണ്ട് ഈ കഥയുടെ ആഖ്യാനത്തിന്. അതൊടുവിൽ നിശിതമായ പരിഹാസത്തിന്റെ അഴകായി കഥയിൽ നിറ യുകയും ചെയ്യുന്നു.

'അനന്തം അജ്ഞാതം' എന്ന കഥയിലെ കേന്ദ്ര കഥാപാത്രം ജീവി തത്തോടു പൊരുതി അതിന്റെ മുറിവുകൾ മനസ്സിൽ നീറ്റലായി സഹി ക്കുന്ന ഒരു മാഷാണ്. അയാൾ എവിടെയോ പോയി ദിവസങ്ങൾക്കു ശേഷം മടങ്ങി വന്ന് ജങ്ഷനിൽ ബസിറങ്ങുന്നു. ആ ജങ്ഷനും അവി ടത്തെ ലോഡ്ജുമൊക്കെ അയാൾ നേരിടുന്ന ജീവിതത്തിന്റെ ചിഹ്നങ്ങ ളായി കഥയിൽ തെളിഞ്ഞുവരുന്നുണ്ട്. പഴയ ലോഡ്ജിലെ ഇടുങ്ങിയ മുറിയിൽ മറ്റു കത്തുകളുടെ കൂട്ടത്തിൽ കൈപ്പട കൊണ്ട് അമ്മയുടെ കത്ത് അയാൾ തിരിച്ചറിഞ്ഞു. വായിക്കാതെ തന്നെ അറിയാം അതിൽ നിറയെ പരിദേവനങ്ങളായിരിക്കും. മെഴുകുതിരി കെടുത്തി മുറി പൂട്ടി അയാൾ ജങ്ഷനിലെ കേശവൻകുട്ടിയുടെ ചായക്കടയിൽ ചെല്ലുമ്പോൾ പുഴയിൽ ആറ്റുവഞ്ചിപ്പടർപ്പിൽ കുരുങ്ങിക്കിടക്കുന്ന ശവമാണ് അവരുടെ പ്രശ്നം. എവിടെ നിന്നോ വന്ന ഒരു തള്ള രണ്ടു ദിവസമായി അതിലേ അലഞ്ഞുതിരിഞ്ഞ് നടക്കുന്നത് കണ്ടവരുണ്ട്. കടവിലിറങ്ങിയപ്പോൾ അറിയാതെ കാൽ തെറ്റി പുഴയിൽ വീണതാണോ ചാടിച്ചത്താണോ? ശവം കാവലിനു നിയോഗിക്കപ്പെട്ട പൊലീസുകാരന് അതൊരു തർക്കം. ശവം കരയ്ക്കെടുത്താൽപ്പിന്നെ ഇൻക്വസ്റ്റ്, പോസ്റ്റുമോർട്ടം, കോടതി എന്തൊക്കെ തൊന്തരവുകളാണ്. പൊലീസുകാരനുൾപ്പെടെ ചായ കുടി ക്കാനും പഞ്ചായത്തു പറയാനും അവിടെ വന്നു കൂടിയവർക്കൊക്കെ അന്നത്തെ ദിവസം കുശലായി. ഊഹാപോഹങ്ങളും നിഗമനങ്ങളും കൊണ്ടു പെരുമാറാൻ ഒരു അനാഥശവം കിട്ടിയിരിക്കുന്നു അവർക്ക്. പൊടുന്നനെ കേശവൻകുട്ടിയുടെ ചായക്കട ഒരു ലോകമായി പരിണമി

ക്കുകയാണ്. പൊലീസുകാരൻ മുമ്പ് പൊന്തൻപുഴ വനത്തിലെ അജ്ഞാത ശവത്തിന്റെ ഭ്രാന്തുപിടിപ്പിക്കുന്ന ഉടൽ കണ്ടതിന്റെ വർണ്ണനയിലേക്കു കടന്നപ്പോൾ മാഷ് പുറത്തിറങ്ങി. ആറ്റുവക്കിൽ ചെന്നു നോക്കുമ്പോൾ കടവിനക്കരെ ആറ്റുവഞ്ചിപ്പടർപ്പിൽ നിന്ന് ഒന്നു മറിഞ്ഞ് പിന്നെ കുത്തൊഴുക്കിൽ ആടിയുലഞ്ഞ് അനാഥശവം താഴേക്കു നീങ്ങിപ്പോവുന്നു. റൂമിൽ ചെന്ന് അമ്മയുടെ കത്തെടുത്തു നോക്കുമ്പോൾ കാത്തിരുന്നു മടുത്ത് ഒടുവിൽ ഞാൻ നിന്നെ അന്വേഷിച്ച് അങ്ങോട്ടു വരികയാണെന്നാണ് അമ്മ എഴുതിയിരിക്കുന്നത്. ആകാശത്തിലെ ഇടി മുഴക്കങ്ങളും കാറ്റും മഴയും അയാളുടെ ഉള്ളുലച്ചു.

ഒരുതരം അടക്കിപ്പിടിച്ച നിസ്സംഗതയോടെ തുടങ്ങുന്ന ഈ കഥ ഒടുവിലെത്തുമ്പോൾ മനസ്സിൽ ഭീകരമായ പ്രക്ഷുബ്ധത ഉണ്ടാക്കുന്നു. അതിന്റെ നടുക്കം നിശ്ചലമായ തടാകത്തിൽ ഓർക്കാപ്പുറത്ത് ഒരു കല്ലു വീണുണ്ടാകുന്ന അലകളെ ഓർമ്മിപ്പിക്കും.

കയറിയതിനേക്കാൾ വലിയ ഒരു കുന്നിൻ മുകളിലേക്കാണ് ഇനിയുള്ള കയറ്റം. ഞാൻ പറയുന്നത് ബേബി തോമസിന്റെ മറ്റൊരു കഥയെക്കുറിച്ചാണ്. *ഭൂമിയിലെ തമാശകൾ*, എവിടെയോ ഒരിടത്ത് ഒരു രാത്രി ഒരു ആണും പെണ്ണും ഒന്നിച്ചുകിടക്കുന്നു. അവർ അന്യരോ അപരിചിതരോ ആകുന്നു. അല്ലെങ്കിൽ അവരുടെ വിധിയുടെ ഇരകൾ. അവൾ വല്ലാതെ പേടിച്ചാണ്. അയാൾ സമാധാനിപ്പിക്കുന്നു. സാരമില്ല ഞാൻ അടുത്തുണ്ടല്ലോ. അവൾ ചിന്തിക്കുന്നത് മറ്റൊന്നാണ്. ലോകാവസാനത്തിന്റെ കരിനിഴൽ വീണുകിടക്കുമ്പോൾ ആര് ആരുടെ അടുത്തുണ്ടായിട്ട് എന്തു കാര്യം? എങ്കിലും അവർ അന്യോന്യം അവരുടെ ഹൃദയവ്യഥകൾ പങ്കുവയ്ക്കുന്നു. പെട്ടെന്ന് സമൂഹത്തിന്റെ ഭ്രാന്ത് കഥയിലേക്ക് കടന്നുവരുന്നു. ഓർക്കാപ്പുറത്ത് നഗരത്തിൽ ലഹള പൊട്ടിപ്പുറപ്പെടുന്നു. എന്താണ് കാരണം, മതമോ രാഷ്ട്രീയമോ? ഭ്രാന്തുപിടിച്ചാൽ രണ്ടും തമ്മിൽ എന്തു ഭേദം. അവൾ അവളുടെ കുഞ്ഞിനെ താരാട്ടുപാടി ഉറക്കുകയായിരുന്നു. പുറത്തുനിന്ന് വാതിൽ പൂട്ടിയിട്ട് അവളുടെ ഭർത്താവ് ബ്രഡ് വാങ്ങാൻ പോയി. അപ്പോഴാണ് പുറത്തുനിന്നും വാതിൽ വെട്ടിപ്പൊളിക്കുന്നതിന്റെ ശബ്ദം കേട്ടതും ആളിപ്പടരുന്ന തീകണ്ടതും. അവൾക്ക് എല്ലാം നഷ്ടപ്പെട്ടു. വീട്, ഭർത്താവ്, കുഞ്ഞ്, തിരശ്ശീല പോലെ നെടുകെ വലിച്ചു കീറപ്പെട്ട അവളുടെ കുഞ്ഞിന്റെ ഓർമ്മയിൽ അവൾ വിറങ്ങലിക്കുന്നു. അയാളും ഓർക്കുന്നു. ഭാര്യയെ സ്കൂട്ടറിനു പിന്നിൽ ഇരുത്തി കളിതമാശകൾ പറഞ്ഞ് തെരുവിലൂടെ പോകുമ്പോൾ അവരുടെ നേർക്ക് പാഞ്ഞുവന്ന കല്ലുകൾ, പന്തങ്ങൾ കുന്തമുനകൾ. മതത്തിനും രാഷ്ട്രീയത്തിനും ഭ്രാന്തു പിടിക്കുമ്പോൾ തെരുവിൽ നിരപരാധികളുടെ രക്തമൊഴുകുന്നു. അതിൽ അവരുടെ സ്വപ്നങ്ങൾ കുരുതിപ്പൂക്കളായി ചിതറുന്നു. നമ്മുടെ രാജ്യം അകപ്പെട്ട ഭ്രാന്തമായ ഒരു കാലത്തിന്റെ ബീഭത്സത ഉൾക്കൊള്ളുന്ന ഈ കഥ മലയാളത്തിലെ പുതിയ തലമുറയിലെ കരുത്തനായ ഒരെഴുത്തുകാരന്റെ അഭിഷേക മുഹൂർത്തങ്ങളെ ഓർമ്മിപ്പിക്കുന്ന ഒന്നാണെന്ന്

ഞാൻ കരുതുന്നു.

തന്റെ ദൈന്യം നിറഞ്ഞ ചുറ്റുപാടുകളിൽനിന്ന് ഒരാൾ സൂര്യകാ ന്തിപ്പാടങ്ങൾ അന്വേഷിച്ചുപോകുന്ന കഥയിൽ ഒരു സ്വപ്നത്തിന്റെയോ പുരാവൃത്തത്തിന്റെയോ ഭംഗി ബേബി തോമസ് സാക്ഷാൽക്കരിക്കുന്നു. യുങ്ങ് അല്ലേ പറഞ്ഞത് മികച്ച കലാസൃഷ്ടി സ്വപ്ന സദൃശ്യമാണെന്ന്.

അതുപോലെതന്നെ എനിക്ക് ഏറെ ഇഷ്ടപ്പെട്ടൊരു കഥയാണ് *അധി നിവേശവും.* അരമതിലിനപ്പുറത്ത് 'ഹിരോഷിമ'യിൽ താമസിക്കുന്ന കേണലിന്റെ സൗഹൃദം ഒരു അയൽക്കാരന്റെ ജീവിതത്തിലേക്ക് അതി ക്രമിച്ചു കടക്കുന്നതെങ്ങനെ എന്നാണ് ഈ കഥയിൽ ബേബി തോമസ് വെളിപ്പെടുത്തുന്നത്. വിസ്കിയും റമ്മിയും കൊണ്ട് ജീവിതം ആഘോ ഷിക്കുമ്പോൾ കേണൽ ഒരു യുദ്ധം ജയിക്കുകയാണ്. ടൗൺഹാളിലെ യുദ്ധ വിരുദ്ധ മീറ്റിങ് കഴിഞ്ഞ് തിരിച്ചെത്തുമ്പോൾ തന്റെ ഭാര്യ കേണ ലിന്റെ ഒപ്പം പങ്കിട്ട വിരുന്നിന്റെ അടയാളങ്ങളാണ് അയാൾ കാണുന്നത്. ജീവിതത്തെ നിരന്തരം കീഴടക്കിക്കൊണ്ടിരിക്കുന്ന ഭീതികൾക്കും വിഹ്വ ലതകൾക്കും പുറമേ ചരിത്രത്തിലെ സകല അധിനിവേശങ്ങളും യുദ്ധ ങ്ങളും ആ കഥയുടെ സ്മൃതി സീമയിൽ വന്നു നിറയുന്നു.

ഈ കഥകളിൽനിന്ന് കരുത്തനായ ഒരു കഥാകൃത്ത് നമ്മുടെ കാല ത്തിലേക്ക് പ്രവേശിക്കുന്ന ഈ നിമിഷങ്ങൾക്ക് ഞാൻ സാക്ഷിയാകുന്നു.

മനുഷ്യന്റെ മുറിവുകളിൽ തൊടുകയും സ്വയം മുറിയുകയുമാണ് എഴുത്തുകാരന്റെ വിധി. ചുമക്കാൻ വിധിക്കപ്പെട്ട മുൾക്കിരീടവും കുരി ശുമാണ് അയാൾക്കു പ്രതിഭയും ജീവിതവും. ഈ അർത്ഥത്തിൽ എഴു ത്തുകാരന്റെ ജീവിതം കുരിശും വഹിച്ചുകൊണ്ടുള്ള യാത്രയാണ്. പീഡാ നുഭവം പോലെ തോന്നിപ്പിക്കുന്ന ജീവിതത്തിൽ ഒറ്റപ്പെട്ട ഒരാൾക്ക് കഥ യെഴുത്ത് അതിജീവനത്തിന്റെ കലയായിത്തീരുന്നു. അതുകൊണ്ടാണ് ബേബി തോമസ് തന്റെ കഥകൾ ലോകത്തോടുള്ള കലഹങ്ങളാണെന്ന് കണക്കാക്കുന്നത്. ഭൂമിയിൽ ഒരിടവും സ്വന്തമായി ഇല്ലെന്ന് വേദനിക്കുന്ന ഒരാൾ എഴുത്തിലൂടെ ഒരു വൻകര വീണ്ടെടുക്കുന്നു.

ലക്ഷണമൊത്ത കഥകൾ

സക്കറിയ

വളർച്ചയും മാറ്റവും രേഖപ്പെടുത്തിക്കൊണ്ടേയിരിക്കുന്ന രണ്ട് സമ കാലീന മലയാള സാഹിത്യശാഖകളാണ് ചെറുകഥയും കവിതയും. ഇവ യിൽ കവിത, വ്യാപകവും ജനകീയം എന്ന് വിവരിക്കാവുന്നതുമായ പുതു രൂപങ്ങൾ ആവിഷ്കരിച്ചുകൊണ്ടേയിരിക്കുന്നത് വൃത്തഘടനയ്ക്ക് പുറ ത്തേക്ക് സഞ്ചരിച്ചുകൊണ്ടാണ്. വൃത്തനിയമങ്ങൾക്ക് വെളിയിലെത്തിയ കവിതയെ കൈയാളാൻ പാണ്ഡിത്യത്തിന്റെയോ കാവ്യപാരമ്പര്യത്തി ന്റെയോ ആവശ്യമില്ലാതായിത്തീർന്നു. അങ്ങനെ അപ്രതീക്ഷിതങ്ങളായ എന്നാൽ തികച്ചും അസാധാരണങ്ങളുമായ കരങ്ങൾ കവിത രൂപീക രിച്ചു തുടങ്ങി. ഇന്നത്തെ നല്ല കവിത നല്ല ഗദ്യത്തിന്റെ സത്തയുടെ സൂക്ഷ്മരൂപം പോലെയായിത്തീർന്നിട്ടുണ്ട്. ഒരുപക്ഷേ, ഈ മാറ്റം ഗദ്യ വാചകങ്ങളെ മുറിച്ചുവച്ച് കവിത ചിട്ടപ്പെടുത്തുന്ന കുറുക്കുവഴികളി ലേക്കും നയിച്ചിട്ടുണ്ടാവാം. ഉണ്ട്. പക്ഷേ, ആകത്തുക നോക്കുമ്പോൾ, പഴയ ചട്ടക്കൂട്ടിലായിരുന്നെങ്കിൽ കവിത ഒരിക്കലും എഴുതപ്പെടാനിടയി ല്ലാത്ത ജീവിതയിടങ്ങളിലേക്ക് പടരാനും പ്രചരിക്കാനും വൃത്തത്തിൽ നിന്നുള്ള ബന്ധം പിരിയൽ കവിതയെ നയിച്ചു. കവിത ഒരു മനോഭാവ മാണെന്ന് വന്നുചേർന്നു. വൈലോപ്പിള്ളിയെപ്പോലെയുള്ള പ്രതിഭകൾ അങ്ങനെ ചിന്തിക്കാതെ തന്നെ ആ മനോഭാവത്തെ വൃത്തത്തിന്റെ അങ്ക ണത്തിൽ മനോഹരമായി നട്ടുവളർത്തി. ഒരുപക്ഷേ, വൃത്തം കവിതയുടെ മേൽ വയ്ക്കുന്ന നിബന്ധനകൾ ഉല്പാദിപ്പിക്കുന്ന അതേ രൂപ താള ഭാവ സൗന്ദര്യങ്ങളെ നിർമ്മിക്കാൻ ഇന്ന് വാക്കിന്റെ ഗദ്യ-പദ്യഭേദമില്ലാത്ത വിന്യാസത്തിനും കഴിയുന്നുണ്ട്. അയ്യപ്പപ്പണിക്കർ വിസ്മൃതനായെങ്കിലും അദ്ദേഹമാരംഭിച്ച കവിതയിലെ ഭാവുകതാവിപ്ലവം വളരുകയും പരിണ മിക്കുകയും ചെയ്തുകൊണ്ടേയിരിക്കുന്നു.

കഥയുടെ മാറ്റത്തിന്റെയും വളർച്ചയുടെയും കഥ വ്യത്യസ്തമാണ്. കഥ ജനനാൽത്തന്നെ ജനകീയമായിരുന്നു എന്നു പറയാമെന്ന് തോന്നുന്നു. തകഴിയുടെയും ബഷീറിന്റെയും കൈകളിൽ അതിന്റെ ഭാഷയും വിഷയങ്ങളും ജനകീയമായിക്കഴിഞ്ഞിരുന്നു. വാസ്തവത്തിൽ തുടർന്നുണ്ടായ ആധുനികതയുടെയും അത്യന്താധുനികതയുടെയും കാല ത്താണോ കഥ പാണ്ഡിത്യസൃഷ്ടി പോലെയൊന്നായിത്തീർന്നത് എന്ന് സംശയിക്കണം. മലയാള കഥയെ സ്വാധീനിച്ച പാശ്ചാത്യമായ ആധുനി കതയുടെ പരിണാമം നൂറ്റാണ്ടുകളിലൂടെ രൂപപ്പെട്ട ഒരു സാമൂഹിക-രാഷ്ട്രീയ-സാംസ്കാരിക-സാമ്പത്തിക പ്രതിഭാസമായിരുന്നു. അതിൽ യുദ്ധവും അധിനിവേശവും മതഭീകരതയും ഫാസിസവും വ്യവസായ വിപ്ലവവും ശാസ്ത്ര-സാങ്കേതിക വിപ്ലവവും കലയുടെയും സാഹിത്യ ത്തിന്റെയും നിർണ്ണായക വഴിമാറ്റങ്ങളും എല്ലാ കലർന്നിരുന്നു. അത്യന്തം സങ്കീർണ്ണവും കൂടുതൽ പങ്കും അന്തർമുഖവും ആയിരുന്നു അത്. അതിന്റെ സ്വാധീനമനുഭവിച്ച മലയാളത്തിന്റെ ചരിത്രാനുഭവത്തിൽ അത്തരമൊരു മനഃശാസ്ത്ര രൂപീകരണമുണ്ടായിരുന്നില്ല. അതുകൊണ്ടാ യിരിക്കണം ആധുനികതയുടെ ആഗമനം മലയാളത്തിന്റെ അതുവരെ യുള്ള നേർവഴികൾക്ക് അന്യമായ ഒരു അപരിചിതത്വം സൃഷ്ടിച്ചത്.

എന്നിരുന്നാൽപ്പോലും "അത്യന്താധുനികം" എന്ന് വിളിക്കപ്പെട്ടതും ദുരൂഹത ന്യായമായും ആരോപിക്കപ്പെട്ടതുമായ പാതയിൽ കഥ സഞ്ചരി ച്ചപ്പോഴും അതിന് ജനകീയമായ മറ്റൊരു ബഹുസ്വരത ഉണ്ടായിരുന്നു എന്ന് തോന്നുന്നു. നക്സലൈറ്റുകളും കമ്യൂണിസ്റ്റുകാരും കോൺഗ്രസു കാരും മദ്ധ്യപഥ സഞ്ചാരികളുമടക്കം ജീവിതത്തിന്റെ പരന്ന മേഖലക ളിൽനിന്നുമുള്ള വ്യക്തികൾ കഥയെഴുത്തിൽ പങ്കെടുത്തു. ദുരൂഹത, വൃത്തഘടനയിൽനിന്നുള്ള കവിതയുടെ വഴിമാറ്റം പോലെ, ഒരു പുതിയ സ്വാതന്ത്ര്യമായിരുന്നു. പക്ഷേ, അതുകൊണ്ടുമാത്രം കഥ പിടിച്ചുനില്ക്കില്ല എന്ന തിരിച്ചറിവ് ജനിച്ചതോടെ കഥ വീണ്ടും മാറി. 80 കളിൽ ഉണ്ടായ നിശ്ചലാവസ്ഥ ഒരു പുതിയ ചലനാത്മകതയിലേക്ക് പ്രവേശിച്ചു. 60-70 കളിലെ പുതിയ കഥ പഴയതായതിനുശേഷം ആവശ്യമായി വന്നതും എന്നാൽ വന്നെത്തുന്നില്ല എന്ന് തോന്നിയതുമായ വഴിത്തിരിവുകൾ ചെറുതും വലുതുമായ കഥയിലേക്ക് കടന്നുവന്നു. കൂടുതൽ കൂടുതൽ പുളഷയ കരങ്ങൾ കഥയിൽ കൈവച്ചു. യുവതികളായ എഴുത്തുകാരിക ളുടെ കൈകളിൽ കഥയ്ക്ക് പ്രത്യേക തിളക്കം കിട്ടി. കാല്പനികരോദ നങ്ങളും സവർണ്ണ ബിംബങ്ങളും ശോഷിച്ചു- ഇല്ലെന്നായില്ലെങ്കിലും പുതിയ വ്യക്തിത്വങ്ങൾ പ്രകടിപ്പിക്കുന്ന കഥകൾ തുടർച്ചയായി വന്നു കൊണ്ടേയിരിക്കുന്നു.

ബേബി തോമസിന്റെ കഥകൾ മലയാള ചെറുകഥയിൽ ഇപ്രകാരം നിറയുന്ന പുതിയവയും താരതമ്യേന അപരിചിതങ്ങളുമായ സാന്നിദ്ധ്യ ങ്ങളിൽപ്പെടുന്നു. മുഖ്യധാര എന്ന് വിശേഷിപ്പിക്കപ്പെടുന്ന കേന്ദ്രവേദിയി ലേക്ക് വന്നെത്താത്തവരായതിനാലാണ് അവരെ താരതമ്യേന അപരിചി

തർ എന്ന് വിശേഷിപ്പിക്കാവുന്നത്. മലയാള സാഹിത്യ ചർച്ചകൾ ഏതാണ്ട് മുഴുവനായും മുഖ്യധാരയെ ചുറ്റിപ്പറ്റിയാണ് നടക്കുന്നത്. മുഖ്യ ധാര എന്ന് വിളിക്കപ്പെടുന്നത് ഒരെഴുത്തുകാരൻ പ്രസിദ്ധീകരിക്കപ്പെടു കയും പ്രസിദ്ധി നേടുകയും ചെയ്യുന്ന വേദികളുടെ കേന്ദ്ര സ്വഭാവത്തെ യാണ്. ആ വേദികളുടെ സ്വഭാവത്താൽ, ആ കൃതികളിലേക്ക് കൂടുതൽ നിരീക്ഷണങ്ങളും ചർച്ചകളും- ഒരുപക്ഷേ, എതിർപ്പുകളും- ആകർഷി ക്കപ്പെടുന്നു. മുഖ്യധാരയിൽ എത്തിപ്പെടൽ യാദൃച്ഛികമോ ആസൂത്രി തമോ ആവാം. മുഖ്യധാരാ നിർമ്മാണം കൈകാര്യം ചെയ്യുന്നത് കൂടു തൽ പങ്കും മാധ്യമങ്ങളും ഒരുപരിധിവരെ അക്കാദമിക പണ്ഡിതരുമാ ണ്. ഈ തരംഗത്തിലേക്ക് ഇനിയും എത്തിച്ചേർന്നിട്ടില്ലാത്തവരും എന്നാൽ ശ്രദ്ധേയങ്ങളും പ്രധാനങ്ങളുമായ കഥയെഴുതുന്നവരുമായ കഥാകൃത്തു ക്കൾ നിരവധിയാണ്. ഊർജ്ജസ്വലവും സമൃദ്ധവുമായ ആ മേഖലയി ലാണ് ബേബി തോമസിന്റെ സാന്നിദ്ധ്യം ഞാൻ കാണുന്നത്.

ഈ സമാഹാരത്തിലെ രചനകൾ തെളിഞ്ഞ ശബ്ദത്തിൽ സംസാരി ക്കുന്നവയാണ്. അവയുടെ ദൃഷ്ടി പായുന്നത് അന്തർമ്മുഖമായ ഏകാ ന്തതകളിലേക്കല്ല. സമകാലീന ജീവിതത്തിന്റെ ബഹളങ്ങളിലേക്കാണ്. ബേബി തോമസിന്റെ ഈ കഥകളിൽ, പണ്ട് തകഴിയും ബഷീറും കേശവ ദേവുമായിരുന്നതുപോലെ, എഴുത്തുകാരൻ സാമൂഹിക വിമർശകൻ കൂടി യായി മാറുന്നത് നമുക്ക് കാണാം. വ്യക്തിയുടെയും സമൂഹത്തിന്റെയും ദുരന്തങ്ങളുടെ വൃത്താന്തങ്ങൾ ബേബി തോമസ് ആക്ഷേപഹാസ്യത്തി ന്റെയും കറുത്ത ഫലിതത്തിന്റെയും സമർത്ഥമായ അകമ്പടിയോടെ അവതരിപ്പിക്കുന്നു. 'മൃഗീയം' എന്ന കഥയിലെ ചൂഷിതവും നിസ്സഹായ യുമായ മലയാളിപ്പെൺകുട്ടിയും കാഴ്ചബംഗ്ലാവിലെ സിംഹവുമായുള്ള മുഖാമുഖം നല്കുന്നത് സർ റിയൽ അനുഭൂതിയാണ്. ഇന്നത്തെ കേര ളത്തിൽ ഒരു പെൺകുട്ടിയായിരിക്കുന്ന അവസ്ഥയുടെ ദൈന്യതയും നിസ്സഹായതയും രോദനങ്ങളിലേക്ക് വീണുപോകാതെ അത് അവതരി പ്പിക്കുന്നു. 'മരംകൊത്തി' ഡി എച്ച് ലോറൻസിന്റെ *ചാറ്റർലി പ്രഭിയുടെ കാമുകൻ* എന്ന രചനപോലെ അടക്കിപ്പിടിച്ചിട്ടും തൂവുന്ന ലൈംഗികത യുടെ കഥയാണ്. അതിന്റെ ഇടതൂർന്ന ഗ്രാമീണതയും വന്യതയും കാമ ത്തിന്റെ ഏകാന്തതയ്ക്ക് മൂർച്ച കൂട്ടുന്നു. 'ലൈവ് ടെലികാസ്റ്റ്,' മാധ്യമ ങ്ങൾ മനുഷ്യദുരന്തങ്ങളെ വില്പനയ്ക്ക് വയ്ക്കുന്നതിന്റെ ഹൃദയശൂന്യ തയെ വിദഗ്ധമായ ശില്പചാതുര്യത്തോടെ അവതരിപ്പിക്കുന്നു.

മലയാള ചെറുകഥയുടെ ഇന്നത്തെ വളർച്ചയുടെയും മാറ്റത്തിന്റെയും പാതകളെ പരിപോഷിപ്പിക്കുകയും ശക്തിപ്പെടുത്തുകയും ചെയ്യുന്നവ യാണ് ബേബി തോമസിന്റെ ഈ കഥകൾ. കഥ അനായാസമായും ലളി തമായും പറയാനുള്ള ശേഷിയാണ് അവയുടെ മുഖമുദ്ര- അതുതന്നെ യാണ് നല്ല കഥകളുടെയും മുഖലക്ഷണം. ഈ നല്ല കഥകളെ വായന ക്കാരന്റെ പക്കലെത്തിക്കാൻ എനിക്ക് അതിയായ സന്തോഷമുണ്ട്.

എന്റെ പീഡാനുഭവങ്ങൾ

നേരം ഇരുട്ടിലാണ്ടു പോവുന്നതും ആ കുന്നിൻമുകളിൽ ഒരു വിള ക്കെരിയുന്നതും, നിങ്ങൾ കണ്ടില്ലേ? അതാണ് അതുതന്നെയാണെന്റെ വീട്. ഇപ്പോൾ സമയം അർദ്ധരാത്രിയോടടുത്തിരിക്കണം. (ഘടികാരമില്ലാ ത്തതിനാൽ ഞങ്ങൾ സമയത്തെക്കുറിച്ച് ഉൽക്കണ്ഠപ്പെടാറേയില്ല!)

ആകയാൽ ഇപ്പോൾ... കൊച്ചൗസേപ്പെന്ന ഈയുള്ളവന്റെ വീട്ടിൽ ഓലമറയിൽ ഭദ്രമായി വച്ചിരിക്കുന്ന ക്രൂശിതരൂപത്തിനു മുന്നിൽനിന്ന് കത്തിയുരുകുന്ന മെഴുകുതിരിനാളങ്ങളിൽ മിഴികൾനട്ട് മുട്ടിപ്പായി പ്രാർത്ഥിക്കുകയായിരിക്കും എന്റെ അപ്പൻ. അമ്മയാകട്ടെ അർദ്ധരാത്രി ക്കുണർന്നലമുറയിടുന്ന കൊച്ചനുജന്റെ വായിൽ ശുഷ്കിച്ച മുലഞെട്ടു കൾ തിരുകിവച്ച് ഇല്ലാത്ത പാലിന്റെ കയ്പനുകരുന്ന അവനെ പുലഭ്യം പറയുകയുമായിരിക്കും. ഇതൊന്നുമറിയാതെ കീറപ്പായയിൽ മുഖമമർത്തി കാലുകൾ പിണച്ചുവച്ച് കമിഴ്ന്നുകിടന്നുറങ്ങുകയോ അഥവാ അരിസാമാന ങ്ങൾ പൊതിഞ്ഞുകൊണ്ടുവന്ന ആഴ്ചപ്പതിപ്പിന്റെ താളുകളിലെ പൈങ്കിളി നോവലുകൾ വായിച്ചു രസിക്കുകയോ ആവാം എന്റെ അനുജത്തി.

ഇനിയാണ് ഈയുള്ളവന്റെ ഊഴം. കാട്ടിൽനിന്നും കാലൻ കോഴി കൂവു മ്പോഴായിരിക്കും ഞാനങ്ങെത്തുക. അതുവരെ എന്തു ചെയ്യുകയാണെന്നല്ലേ..? പറയാം! അതിനു മുമ്പായി എന്റെ ഗ്രാമത്തെക്കുറിച്ചുകൂടി അല്പം..!

ഭൂമിശാസ്ത്രപരമായ രേഖകളൊന്നും ഇല്ലാത്തതിനാൽ ഭൂമിക്കു തെക്കോ വടക്കോ ഈ ഗ്രാമം എന്നൊന്നും തീർത്തു പറയാൻ വയ്യ. (അല്ലെങ്കിലും ആ വക കാര്യങ്ങൾക്കൊന്നും ഈ കഥയിൽ പ്രത്യേകിച്ചു പ്രസക്തിയുമില്ലല്ലോ)

അരിസാമാനങ്ങൾ വില്ക്കുന്ന ഒരു പലവ്യഞ്ജനക്കടയും ഒരു മല ഞ്ചരക്കുകടയും, കാളത്തൊഴുത്തു പോലൊരു വായനശാലയും ചേർന്നാൽ ഞങ്ങളുടെ പട്ടണമായി. പൊട്ടിപ്പൊളിഞ്ഞ തകരത്തകിടിൽ,

'ഗാന്ധിജി സ്മാരക വായനശാല' എന്നെഴുതിയ ആ വിശ്വവിജ്ഞാന കോശം മാത്രമാണ് ഞങ്ങളുടെ ഏക വിദ്യാസമ്പാദന മാർഗ്ഗം.

പത്രഭാഷയിൽ പറഞ്ഞാൽ, ചേരിയെന്നോ ചെറ്റക്കുടിലെന്നോ വിളിക്കുന്നവയാണ് ഞങ്ങളുടെ വീടുകളെല്ലാം തന്നെ.

മലകളിറങ്ങി, ചതുപ്പുനിലങ്ങൾ പിന്നിട്ട് ചുറ്റും പുല്ലാന്നികൾ പടർന്നു നില്ക്കുന്ന ഒറ്റയടിപ്പാതയിലൂടെ ബഹുദൂരം നടന്നാൽ പാടശേഖരങ്ങളായി. (എന്താണെന്നറിയില്ല, ഇവിടെ ഞങ്ങളുടെ ഘടികാരസൂര്യൻ ഉദിക്കുന്നത് വളരെ നേരത്തെയും അസ്തമിക്കുന്നത് വളരെ വൈകിയുമായിരിക്കും.) നേരം പുലർന്നാൽ എല്ലാവരും ജോലിക്കു പോവുന്ന തിരക്കിലായിരിക്കും. ഇതിനിടയിൽ സ്നേഹിക്കാനോ കലഹിക്കാനോ ഞങ്ങൾക്ക് തീരെ സമയമുണ്ടായിരുന്നില്ല..!

എന്നിട്ടും...,

എന്നിട്ടുമതു സംഭവിച്ചു!

തികച്ചും നിർഭാഗ്യകരമായ ആ സംഭവം..? അതും ഗ്രാമത്തിലെ ഏക ബുദ്ധിജീവിയായ ഞാൻ കാരണം കൊണ്ടുതന്നെ.

ഞാൻ സ്വയം ബുദ്ധിജീവി എന്നു വിശേഷിപ്പിച്ചതിൽ ആർക്കെങ്കിലും എതിർപ്പുണ്ടെങ്കിൽ താഴെ കൊടുക്കുന്ന പ്രസ്താവന സശ്രദ്ധം വായിക്കുക.

ഞങ്ങളുടെ ഗ്രാമത്തിൽ എഴുത്തും വായനയും അറിയാവുന്നവർ എന്നെയും കൂട്ടിയാൽ ആകെ മൂന്നുപേരെ ഉണ്ടായിരുന്നുള്ളൂ.

ഒന്ന്: ദമയന്തി

രണ്ട്: മണ്ഡോദരി

മൂന്ന്: ഞാൻ അഥവാ‌‌– പുറമ്പോക്കിൽ തൊമ്മൻ മകൻ പി ടി കൊച്ചൗസേപ്പ്. ഇതിൽ ആദ്യത്തവൾ ദമയന്തി ഞങ്ങളുടെ ഗ്രാമത്തിൽ പ്രകാശം പരത്താൻവന്ന ചെറുപ്പക്കാരനുമായി പ്രണയബന്ധത്തിലാവുകയും ഏറെ താമസിയാതെ തന്നെ നളദമയന്തിക്കഥ ആട്ടക്കലാശം ചൊല്ലി സ്ഥലം വിടുകയും ചെയ്തു.

അവരുടെ ഒളിച്ചുപോക്കിന്റെ സ്മാരകമെന്നവണ്ണം ഗ്രാമത്തിലങ്ങിങ്ങായി വെളിച്ചമില്ലാത്ത വൈദ്യുതിക്കാലുകൾ മാത്രം ഇന്നും തലയുയർത്തി നില്പുണ്ട്.

രണ്ടാമത്തവൾ മണ്ഡോദരിയാകട്ടെ കുട്ടികളെ നിലത്തെഴുത്തു പഠിപ്പിക്കാൻ വന്ന ആശാനുമായി ആശയങ്ങൾ പങ്കുവയ്ക്കുകയും അവ അടിവയറ്റിൽ ആകൃതി പൂണ്ട് വളരുന്നതുകണ്ടപ്രത്യക്ഷനായ ആശാനെയും തിരക്കി, മിനുത്തവയറും തടവി ചതുപ്പുനിലങ്ങളിലൂടെ അലഞ്ഞെന്നും, ഒടുവിൽ തെക്കേമലയുടെ അടിവാരത്തുള്ള കല്ലുവെട്ടാംകുഴിയിൽ ചാടി ചത്തെന്നും ഐതിഹ്യം.

പിന്നെയുള്ളത് ഈയുള്ളവനായ ഞാനാകുന്നു. ഈ പി ടി കൊച്ചൗസേപ്പെന്ന ഞാനല്ലാതെ മറ്റൊരുവൻ ഇവിടെ ഇല്ലാതാകുന്നു.

ഒരു തികഞ്ഞ യുക്തിവാദിയും ഒപ്പം ഞങ്ങളുടെ ഗ്രാമത്തിൽ ഉണ്ടാക്കാവുന്ന വിപ്ലവകരങ്ങളായ മാറ്റങ്ങളെക്കുറിച്ചു ചിന്തിക്കുന്ന ഒരു പുരോ

ഗമനകാരിയും എന്ന നിലയ്ക്കുള്ള എന്റെ കാഴ്ചപ്പാടുകൾ ഇനിയുള്ള സംഭവങ്ങളിൽനിന്നും വ്യക്തമാക്കപ്പെടുന്നതുകൊണ്ട് ആ വക കാര്യ ങ്ങളിലേക്കൊന്നും ഞാൻ ഇപ്പോൾ നിങ്ങളെ വലിച്ചിഴയ്ക്കുന്നില്ല.

മുൻപറഞ്ഞ പ്രസ്താവനയിൽനിന്നും, നേരത്തെയുള്ള എന്റെ ബുദ്ധിജീവി പ്രയോഗത്തിൽ ആർക്കും സംശയങ്ങളില്ല എന്നു വിശ ്വസിച്ചു കൊണ്ട് ഞാൻ സംഭവത്തിലേക്കു തിരിച്ചു വരട്ടെ.

തികച്ചും അപ്രതീക്ഷിതമായിരുന്നു ആ സംഭവം എന്ന് ഞാനാദ്യമേ പറഞ്ഞല്ലോ? എങ്കിലും അതിനെക്കുറിച്ചോർക്കുമ്പോൾ ഇപ്പോഴും എന്റെ ഉള്ള് കിടുങ്ങുന്നു.

അന്നും പതിവിൻ പടിയുള്ള ഗ്രന്ഥപാരായണവും കഴിഞ്ഞ് സ്വന്തം കുടിലിനെ ലക്ഷ്യമാക്കി അലക്ഷ്യമായി നീങ്ങുകയായിരുന്നു ഞാൻ. ചുറ്റും വളർന്നു മുറ്റിയ അന്ധകാരത്തിൽ വേരുകൾ ആഴ്ത്തി നില്ക്കുന്ന മഹാഗണികളുടെ ഒറ്റപ്പെട്ട ചില്ലകളിൽനിന്നും മൂങ്ങകളുടെ ചിറകടി മാത്രം കേൾക്കാം. പതിവില്ലാത്ത വിധം ശ്രദ്ധിച്ച കാൽവയ്പുകളോടെ ചതുപ്പു നിലങ്ങളെ പിന്നിലാക്കി മലയടിവാരത്തുനിന്നും വളഞ്ഞുപുളഞ്ഞു കിട ക്കുന്ന ഒറ്റയടിപ്പാതയിലൂടെ ഞാൻ അതിവേഗം നടന്നു..!

നിങ്ങൾ മുമ്പു കണ്ട എന്റെ വീടിനും ഏകദേശം നൂറുമീറ്റർ പിന്നിൽ വച്ചായിരുന്നു അതു നടന്നത്. അവിടെയായിരുന്നു ദാമുക്കണിയാരുടെ വീട്!

ദാമുക്കണിയാരെ, ഞാൻ നിങ്ങൾക്ക് പരിചയപ്പെടുത്തേണ്ട കാര്യ മില്ലല്ലോ? മുക്കുത്തിപ്പാറ ദേവീക്ഷേത്രത്തിലെ ദൈവകോപമാണ് നാട്ടി ലാകെ വസൂരിപടരാൻ കാരണമെന്ന് ഗണിച്ചുകുറിച്ചു കണ്ടെത്തിയത് ദാമുക്കണിയാരായിരുന്നല്ലോ?

പിന്നീട്, ദൈവകോപം മാറ്റാൻ മന്ത്രവാദികളെ വരുത്തിച്ചതും കോഴി ക്കുരുതിനടത്തീതും, എന്നിട്ടും ദീന്നം മാറാത്തവരെ ദൈവത്തിനു പൊറു ക്കാനാവാത്ത തെറ്റു ചെയ്തവർ എന്ന് വെളിച്ചപ്പാടിനെക്കൊണ്ടരുളപ്പാടു ണ്ടാക്കി കൈയൊഴിഞ്ഞതും നിങ്ങൾക്കെല്ലാം അറിവുള്ള കാര്യമാണല്ലോ.

നാട്ടിലെ ഒരു പുരോഗമനകാരി എന്ന നിലയ്ക്ക് മേല്പടി പ്രശ്ന ങ്ങളെക്കുറിച്ച് ഞങ്ങൾ തമ്മിൽ ചില ചില്ലറ അഭിപ്രായവ്യത്യാസങ്ങൾ നിലനിന്നിരുന്നു എങ്കിലും പൊതുവേ, ഒരു നല്ല ശമരിയാക്കാരന്റെ ബന്ധം ഞാനയാളോടു പുലർത്തിപ്പോന്നിരുന്നു.

കാര്യങ്ങളങ്ങനെയൊക്കെത്തന്നെയിരിക്കവെയാണ് അതു സംഭവിച്ചത്. നിങ്ങൾക്ക് തികച്ചും നിസ്സാരമെന്ന് തോന്നാവുന്ന ആ വലിയ സംഭവം!

അങ്ങനെ...

കനത്ത ഇരുട്ടിനെ വകഞ്ഞുമാറ്റി

ഞാൻ മുന്നോട്ടുതുഴയവേ...

ദാമുക്കണിയാരുടെ പട്ടി എന്നെ ഒന്നു കടിച്ചു...?

മനപ്പൂർവ്വമല്ല അറിയാതെയാണെങ്കിലും ഞാനതിന്റെ വാലിൽ ഒന്നു ചവുട്ടിയിരുന്നു.

പട്ടിയുടെ നിലവിളിയും എന്റെ കുരയും സൃഷ്ടിച്ച കലമ്പൽ കേട്ടോടി

  വിശപ്പ് ഒരു പുസ്തകം എഴുതുന്നു
ബേബി തോമസ്

എത്തിയ മിസ്സിസ് കണിയാട്ടി പുഴുത്ത തെറികൊണ്ടെന്നെ അഭിഷേകം ചെയ്യവേ..

ഞാൻ തികച്ചും നിസ്സഹായനായി, വ്രണിത ഹൃദയത്തോടെ എന്റെ വീടിനെ ലക്ഷ്യമാക്കി ഞാണ്ടി, പട്ടിയാകട്ടെ അന്നുതന്നെ സംഭവ സ്ഥല ത്തുനിന്നും മുങ്ങി. അന്ന് രാവും പിറ്റേന്നു പകലും, പതിവുപോലെ എരി ഞ്ഞടങ്ങിയിട്ടും, മാധവിക്കണിയാട്ടിയുടെ പട്ടി തിരിച്ചെത്താതിരുന്നപ്പോ ഴാണ് കാര്യങ്ങളുടെ ഗുരുതരാവസ്ഥ നാട്ടുകാർക്ക് ബോധ്യപ്പെട്ടത്. പട്ടിക്ക് പേയിളകിക്കാണുമോ എന്ന സംശയം ക്രമേണ ബലപ്പെട്ടുവന്നു.

ഞാനാകട്ടെ, കാലിലെ മുറിവിൽ തലോടിയും പട്ടിയേക്കാളേറെ ദുഷ്ട യായ മാധവിക്കണിയാട്ടിയുടെ ജല്പനങ്ങളെ അതിജീവിക്കാനുള്ള തയ്യാ റെടുപ്പുകൾ നടത്തിയും വീട്ടിൽത്തന്നെ കഴിച്ചുകൂട്ടി.

ഈ ദിവസങ്ങളിലത്രയും ദാമുക്കണിയാരെന്നെ പുലഭ്യം പറയു കയും പുലയാട്ടുകയും ചെയ്തുകൊണ്ടിരുന്നു. എന്നു മാത്രമല്ല, മാധവി ക്കണിയാട്ടിയേയും പട്ടിയേയും ശകുന്തളയോടും മാൻകിടാവിനോടും ഉപ മിച്ച് പ്രശ്നങ്ങൾക്കൊരാത്മീയ ഭാവം കൈവരുത്തുകയും ചെയ്തു.

മൂന്നു നാളുകൾക്കുള്ളിൽ പട്ടിയെ കണ്ടെത്താത്ത പക്ഷം, ഞാൻ പേയിളകി ചാകുന്നതിനുവേണ്ടി വെടിവഴിപാടു നേർന്നിട്ടുണ്ടെന്നും മേല്പടിയാന്റെ കണിയാട്ടി അടിച്ചുവിട്ടതിന്റെ ഫലമായി എന്റെ കുടുംബത്തിൽ മാത്രമല്ല, ഗ്രാമത്തെയാകെത്തന്നെ അകാരണമായ ഒരു ഭീതി വലയം ചെയ്തു നിന്നു.

ദിവസങ്ങൾ പിറക്കുകയും അകാലത്തിൽ വാർദ്ധക്യം ബാധിച്ചു മരി ക്കുകയും ചെയ്തു. ബലിക്കാക്കകൾ കൂട്ടം കൂട്ടമായി വീട്ടുമുറ്റത്തിരുന്നു കരഞ്ഞു. എന്റെ കാലിലെ വ്രണം നാൾക്കുനാൾ പഴുത്തുവന്നു.

ഗ്രാമത്തിനു പുറത്തുള്ള അപ്പോത്തിക്കിരിയുടെ അടുത്തുപോകുവാ നുള്ള സാമ്പത്തിക പ്രതിസന്ധിയെ പഴിച്ച്, മനുഷ്യപുത്രന്റെ പീഡാനുഭ വങ്ങളയവിറക്കിയും ഞാൻ ദിവസങ്ങളെണ്ണി നീക്കവേ അന്നേക്കു കൃത്യം മൂന്നാം നാൾ രാവിലെ ഗ്രാമമുണർന്നത് ആ വാർത്ത കേട്ടുകൊണ്ടായിരുന്നു.

പൊതു ജലസംഭരണിയിൽനിന്നും വെള്ളം കോരാൻ വന്ന പെൺകു ട്ടിയുടെ അണ്ണാക്കിൽ നിന്നാണാവാർത്ത പൊട്ടിമുളച്ചത്.

കേട്ടവർ കേട്ടവർ കിണറ്റിനു ചുറ്റും തടിച്ചുകൂടി.

കിണറ്റിന്റെ ആഴത്തിൽ കണ്ണാടി പോലുള്ള ജലത്തിൽ ഒരു പട്ടി ചത്തു പൊന്തിയിരുന്നു. ഞൊടിയിടകൊണ്ടാവാർത്ത നാട്ടിലാകെ പടർന്നു.

വാർത്ത കേട്ടോടിയെത്തിയ മാധവിക്കണിയാട്ടി അലമുറയിട്ടു നെഞ്ച ത്തടിച്ച് നിലവിളിക്കാൻ തുടങ്ങി.

മൂക്കിനു ചുറ്റും കറുപ്പ്

വാലിൽ വെളുത്ത ചുട്ടി

"ഇതെന്റെ പട്ടി തന്നെ!" മാധവിക്കണിയാട്ടി മൂക്കു പിഴിഞ്ഞു.

"എന്നാലും ആ മിണ്ടാപ്രാണിയോടിതു ചെയ്തുകളഞ്ഞല്ലോ മഹാ പാപി...!"

ആരോ കണിയാട്ടിയുടെ കണ്ണീരു നക്കി.

"ആ കാലമാടന്റെ തലേലിടിത്തീവീഴും.."

"ഒരു പുരോഗമനവാദിക്കഴുവേറി..!"

കണിയാർ നെഞ്ചത്തടിച്ചു പ്രാകി. മൃതദേഹത്തെ നോക്കി പലരും കൂട്ടലും കിഴിക്കലും നടത്തി. ചിലർ എന്റെ പൈശാചിക കൃത്യത്തെ സാത്താനോടുപമിച്ച് രസിച്ചു.

മറ്റു ചിലർ എന്റെ അനുവാദം കൂടാതെ തന്നെ എന്റെ പക്ഷം പിടി ക്കുകയും ഇത് മാധവിക്കണിയാട്ടിയുടെയും മറ്റും ഗൂഢാലോചനകളുടെ ഫലമായുണ്ടായ കൊലപാതകമാണെന്ന് അസന്ദിഗ്ദ്ധമായി പ്രഖ്യാപി ക്കുകയും ചെയ്തു.

അഭിപ്രായങ്ങൾക്ക് വ്യക്തമായ ചേരിതിരിവുണ്ടാവുകയും സംഘർഷം രൂപപ്പെടുകയും ചെയ്യുന്നതുകണ്ട് ആരോ പൊലീസിൽ വിവ രമറിയിച്ചു. കാക്കിയണിഞ്ഞ നിയമപാലകർ രംഗപ്രവേശം ചെയ്തു. ശവം കിണറ്റിൽനിന്നും പുറത്തെടുത്ത് പോസ്റ്റുമോർട്ടത്തിനു വിധേയമാക്കി ബന്ധു(?)ക്കൾക്ക് വിട്ടുകൊടുത്തു.

ദാമുക്കണിയാരാകട്ടെ – സ്വന്തം തന്തപോലും ചത്തപ്പോൾ ചെയ്യാ ത്തവിധം ചന്ദനവിറകുകൾ പാകി, നെയ്യഭിഷേകവും നടത്തി പാവം പട്ടിയെ കത്തിച്ചുകളഞ്ഞു.

നിശ്ചയമായും, പ്രശ്നങ്ങൾ അവിടംകൊണ്ടവസാനിക്കേണ്ടതായിരുന്നു.

നിർഭാഗ്യമെന്നുപറയട്ടെ;

ചിതയിലെ തീ കെട്ടടങ്ങും മുമ്പ് അവരുടെ രോഷം സിരകളിൽ കത്തിപ്പടർന്നു. പോസ്റ്റുമോർട്ടം റിപ്പോർട്ടിനെ സൗകര്യപൂർവ്വം വളച്ചൊടിക്കുകയും വ്യാഖ്യാനിക്കുകയും ചെയ്തു. ആസൂത്രിതമായ കൊലപാതകമെന്ന് ഒരു കൂട്ടരും കരുതിക്കൂട്ടിയ ആത്മഹത്യയെന്ന് മറുകൂട്ടരും വാശിയോടെ തർക്കിച്ചു.

തർക്കം, നിമിഷാർദ്ധത്തിന്റെ ദൈർഘ്യത്തിൽ ഒരു മാറാരോഗം പോലെ ഗ്രാമത്തിലാകെ പടർന്നുപിടിച്ചു. അതുവരെ കൈകോർത്തു പിടിച്ചു നടന്നവർ പെട്ടെന്നു തിരിഞ്ഞുനിന്നു തമ്മിലടിച്ചു. കെട്ടിപ്പിടിച്ചു കിടന്നുറങ്ങിയവർ ഞെട്ടിയുണർന്ന് കുത്തിക്കീറി.

ഞാനറിയാതെ,

പട്ടിയറിയാതെ,

അതൊരു കലാപത്തിന്റെ രൂപം പൂണ്ടു. പടനീക്കം കഴിഞ്ഞ യുദ്ധ ഭൂമിപോലെ, അവിടവിടെയായി കബന്ധങ്ങൾ ചിതറിക്കിടന്നു.

വാദത്തിന്റെ വൈവിധ്യങ്ങളറിയാതെ കെട്ടിപ്പുണർന്ന് മരിച്ചവർ!

താഴ്‌വരയിൽ രക്തം കട്ടപിടിച്ചുകിടന്നു. സൂര്യൻ ഞങ്ങളുടെ ഗ്രാമ ത്തിനു മുകളിൽ ഉദിച്ചുയരാൻപോലും ഭയന്നു. പ്രഭാതങ്ങൾ പതിവിലും വൈകിയെത്തി. രാത്രികാലങ്ങളിൽ വെന്തുവെണ്ണീറാകുന്ന കുടിലുകളിൽ നിന്നുയരുന്ന പുകച്ചുരുളുകൾ പ്രാണരക്ഷാർത്ഥം വിദൂരസ്ഥങ്ങളായ സ്ഥലങ്ങളിലേക്കു പറന്നകന്നു.

ഈ സംഭവങ്ങളൊക്കെ നടക്കുമ്പോഴും കാലിലെ പഴുത്തുനാറുന്ന വ്രണത്തിൽ തലോടിയും ഒരു പുരോഗമനകാരിയുടെ ചിന്താഗതികൾക്കു

ണ്ടായ ദൗർഭാഗ്യത്തെയോർത്ത് വിലപിച്ചും, ജനാലയിലൂടെ താഴ്‌വാര ത്തിലേക്കു കണ്ണുകളയച്ച് ഞാനിരുന്നു.

വളരെ പെട്ടെന്നായിരുന്നു എന്റെ കണ്ണുകളിൽ ആ കാഴ്ച വന്നു തറച്ചത്..?

യുദ്ധം ചെയ്യുന്ന ജനങ്ങൾക്കിടയിലൂടെ താഴ്‌വാരത്തിൽനിന്നും മല മുകളിലേക്കു കുതിച്ചെത്തുന്ന ആ രൂപം..!

എവിടെയോ കണ്ടു മറന്ന...

മൂക്കിനു ചുറ്റും കറുപ്പ്...

വാലിൽ വെളുത്ത ചുട്ടി...

കുറുകിയ കൈകാലുകൾ..

ഇത് ദാമുക്കണിയാരുടെ പട്ടി തന്നെ...!

അപ്പോൾ കിണറ്റിൽ ചത്തുപൊന്തിയതും...

ചിതയിൽ കത്തിയമർന്നതും...?

എന്റെ തലച്ചോറിൽ സംശയങ്ങളുടെ വെള്ളിടിവെട്ടി.

അതെ; ഇത് ദാമുക്കണിയാരുടെ പട്ടി തന്നെ!

ഒരു നിമിഷം... ഞാനൊന്നു പകച്ചു

സംശയം കടിച്ചു കീറിയ മനസ്സോടെ ഞാൻ അവനെത്തന്നെ നോക്കി ക്കിടക്കവേ...

പട്ടി വാതിൽപ്പടി ചാടിക്കടന്ന് എന്റെ അടുത്തെത്തി. അതെന്റെ കിട ക്കയ്ക്കരുകിലായി വാലാട്ടി തലതാഴ്ത്തി നിന്നു.

എന്റെ ശക്തി മുഴുവൻ ചോർന്നുപോയി. പേയിളകിയപോലെ ശരീരം വിറകൊണ്ടു.

പക്ഷേ, അത്ഭുതമെന്നു പറയട്ടെ, പാവം പട്ടി നിറഞ്ഞ കണ്ണുകളോടെ എന്റെ പഴുത്തുവരുന്ന മുറിവിൽ മൃദുവായ് നക്കാൻ തുടങ്ങി.

അതിന്റെ സുഖത്തിൽ ലയിച്ച് മിഴിയടച്ച്, കിടക്കവേ...

എന്റെ പൃഷ്ഠഭാഗത്തുനിന്നും അറ്റത്തു വെളുത്ത ചുട്ടിയോടുകൂ ടിയ ഒരു വാലു മുളച്ചു പൊന്തുന്നതും എന്റെ മൂക്കിനു ചുറ്റും കറുപ്പ് പട രുന്നതും എന്റെ കോമ്പല്ലുകൾ വളർന്നിറങ്ങുന്നതും ഒരു നിർവൃതിയോടെ ഞാനറിഞ്ഞു.

താഴ്‌വരയിലപ്പോഴും യുദ്ധം കൊടുമ്പിരിക്കൊണ്ടു നടക്കുകയായി രുന്നു. എനിക്കവരോട് വല്ലാത്ത വെറുപ്പ് തോന്നി.

പൊടുന്നനവേ ഞാൻ കട്ടിലിൽനിന്നും ചാടിയിറങ്ങി.

പിന്നെ മുൻകാലുകൾ തറയിലമർത്തിച്ചവുട്ടി. അപ്പോൾ പൊട്ടിക്കി ളിർത്ത വാലുവിറപ്പിച്ച് താഴ്‌വരയിൽ തമ്മിൽത്തല്ലി മരിക്കുന്ന പേപ്പട്ടി കൾക്കു നേരെ ഞാനും എന്റെ സഹപട്ടിയും ഉച്ചത്തിൽ... വളരെ ഉച്ച ത്തിൽ കുരയ്ക്കുവാൻ തുടങ്ങി...

അനന്തം അജ്ഞാതം

അയാൾ ജങ്ഷനിൽ ബസിറങ്ങുമ്പോൾ ആകാശം മൂടിക്കെട്ടി നില്പായിരുന്നു. എപ്പോഴും ഒരു മഴ പെയ്തേക്കാം എന്ന അവസ്ഥ. കറ ണ്ടില്ലാത്തതിനാൽ പീടികകളൊക്കെ നേരത്തെ അടച്ചു കഴിഞ്ഞിരിക്കു ന്നു. ഒരു ബീഡിക്കടപോലും തുറന്നിരിപ്പില്ല. ലോഡ്ജിലേക്ക് കഷ്ടി അര ഫർലോങ് ദൂരമേ ഉള്ളുവെങ്കിലും മഴ പെയ്താൽ നനഞ്ഞതു തന്നെ. അയാൾക്കാണെങ്കിൽ ഒരു കോടക്കാറ്റുവീശിയാൽ മതി അപ്പോൾ തുടങ്ങും തുമ്മലും ചുമയും. പണ്ടുമുതലേ ഉള്ള ശീലമാണത്. എല്ലാ കത്തിലും അമ്മയത് ഓർമ്മിപ്പിക്കാറുമുണ്ട്. "കുളി കഴിഞ്ഞാൽ തലയിൽ രാസ്നാദി പ്പൊടി തിരുമ്പാൻ മറക്കണ്ടാ കുട്ടേ നീരിറങ്ങി പനീണ്ടാവും.."

അമ്മ എന്നും അങ്ങനെയായിരുന്നു. കുഞ്ഞുന്നാളിലേ മുതൽ അവനെ കരുതലോടെയാണ് വളർത്തിയത്. ആണും പെണ്ണുമായി അവ നൊന്നല്ലേ ഉള്ളു. അതായിരുന്നു അമ്മയുടെ ന്യായീകരണം.

പക്ഷേ, ഓർമ്മകളുടെ കാർമേഘങ്ങൾ വന്ന് മനസ്സു കലുഷമാക്കിയ പ്പോൾ കാലുകൾക്ക് അറിയാതെ വേഗം കൂടി. എത്രയും വേഗം ലോഡ്ജി ലെത്താൻ അയാൾ ആഗ്രഹിച്ചു. ഒടുവിലീ ലോഡ്ജാണഭയം; കുറേ വർഷ ങ്ങളായി. രക്ഷപ്പെടാനാവാത്ത കാട്ടുതീക്കു നടുവിൽനിന്നും ഓടി വന്നു കയറുന്നത് ഈ ലോഡ്ജുമുറിയിലാണ്. അതയാൾക്കെന്നും അമ്മയുടെ ഗർഭപാത്രം പോലെ അഭയം കൊടുക്കും.

നിറയെ മൂട്ടകളുള്ള കാലിളകിയ ഒരു മരക്കട്ടിലും, ഒരു പഴയ അശോക ചെയറും കുഞ്ഞുമേശയും മാത്രമാണാമുറിക്കുള്ളിലുള്ളത്. മുറി എന്നുതന്നെ വിളിക്കാനാവാത്ത ഒരിടുക്കുകൂട്. പക്ഷേ, കഴിഞ്ഞ എത്രയോ വർഷങ്ങളായി അതയാൾക്കഭയം കൊടുക്കുന്നു. ആരുമറി യാതെ എല്ലാ ആപത്തുകളിൽനിന്നും പൊതിഞ്ഞു പിടിച്ച്...

ഓർമ്മകളിൽ മുങ്ങി നടന്നപ്പോൾ ലോഡ്ജെത്തിയതറിഞ്ഞില്ല. ആരും കണ്ടില്ലെന്നുറപ്പു വരുത്തി അയാൾ സ്റ്റെയർ കെയ്സുകൾ കയറി മുകൾ നിലയിലെത്തി. ഇരുട്ടിന്റെ തേർവാഴ്ചയിൽ മുറികൾ ഭൂരിപക്ഷവും അടഞ്ഞു കിടക്കുന്നു. തുറന്നിരിക്കുന്ന ചിലതിൽ നേർത്ത മെഴു കുതിരിവെട്ടത്തിരുന്ന് ചിലരൊക്കെ റമ്മികളിക്കുന്നുണ്ട്. ആ ഇരുട്ടിലും അയാൾ ഒരാശങ്കയും കൂടാതെ കൃത്യം ഏഴാം നമ്പർ മുറിയുടെ പൂട്ട് തുറന്നു. എത്രയോ വർഷങ്ങളായി ആവർത്തിച്ചാവർത്തിച്ച് കൈകാലു കൾക്ക് തഴക്കം വന്നിരിക്കുന്നു. കണ്ണുകെട്ടിവിട്ടാലും തെറ്റുപറ്റാത്ത നിശ്ചയം.

മുറിക്കുള്ളിലേക്കു കടന്നപ്പോൾത്തന്നെ മെഴുക്കും മാറാലയും കൂടി ക്കുഴഞ്ഞ ഒരു പുരാതന ഗന്ധം അയാളെ ചുഴ്ന്നു. ഏറെക്കാലത്തെ വേർപിരിയലിനു ശേഷം അമ്മയുടെ കരവലയത്തിലേക്കു തിരിച്ചെത്തിയ കുഞ്ഞിനെപ്പോലെ അതയാളെ ആഹ്ലാദിപ്പിച്ചു. മേശവലിപ്പിൽനിന്നും മെഴുകുതിരിയെടുത്ത് തീപിടിപ്പിച്ചു. തറയിൽ ചിതറിക്കിടക്കുന്ന മൂന്നു നാലു കത്തുകൾ. തോൾസഞ്ചി കസേരയിലേക്കിട്ട് അയാൾ കത്തുക ളെടുത്ത് മെഴുകുതിരിവെട്ടത്തോട് ചേർത്തു.

അതിലൊന്ന് അയാൾ തിരിച്ചറിഞ്ഞു. അവളുടെ കൈയക്ഷരം! അതേ.. പതിവുതെറ്റാതെയുള്ള അമ്മയുടെ കത്തു തന്നെ. എത്ര വർഷ ങ്ങളായിരിക്കുന്നു അവളുടെ വടിവൊത്ത കൈയക്ഷരങ്ങളിലൂടെ അമ്മ അയാളോടു സംസാരിക്കാൻ തുടങ്ങിയിട്ട്. ചിലപ്പോൾ അമ്മയുടെ വാക്കു കൾക്കിടയിലൂടെ അവളുടെ ഹൃദയവും തെളിഞ്ഞുവരാറുണ്ട്. പക്ഷേ... വയ്യ. ഭ്രമണപഥം തെറ്റിയുള്ള ഈ യാത്ര ഏതു മരുഭൂമിയിലാണവസാനി ക്കുക എന്ന് തിട്ടമില്ലാത്തപ്പോൾ...!

അയാൾ മേശപ്പുറത്തിരുന്ന റബ്ബർ ബാൻഡിട്ടു മുറുക്കിയ കത്തുക ളുടെ കൂട്ടത്തിലേക്ക് അതും ഭദ്രമായി വച്ചു. പൊട്ടിച്ചുവായിക്കാതെ തന്നെ അതിന്റെ ഉള്ളടക്കം അയാൾക്ക് മനസ്സിലാകും. എല്ലാ എഴുത്തും തുട ങ്ങുന്നതും അവസാനിക്കുന്നതും ഒരേ വാചകത്തിലായിരിക്കും.

"എത്രയും പ്രിയപ്പെട്ട മകനേ... ഇനിയെങ്കിലും നീ അമ്മയെ കളിപ്പി ക്കരുത്. ഈ കത്തു കിട്ടിയാലുടൻ നീ ഇവിടെ എത്തണം."

ഒരു കത്തിനും ഇതുവരെയും മറുപടി എഴുതിയിട്ടില്ല. എങ്കിലും ഉദയാസ്തമനങ്ങൾപോലെ അമ്മയുടെ കത്തുകൾ മാത്രം പതിവുതെ റ്റാതെ ആവർത്തിച്ചുകൊണ്ടിരിക്കുന്നു.

ഓരോ കത്തും ഓരോ ദുരന്തങ്ങളുമായിട്ടാണെത്തുന്നത്. അച്ഛന്റെ മരണം, ബാങ്ക് ജപ്തി, പൊലീസ് വേട്ട, അങ്ങനെ എത്രയെത്ര വിശേഷ ങ്ങൾ...! ആദ്യമൊക്കെ ബാലേട്ടന്റെ കൈമറിഞ്ഞെത്തുന്ന കുറിപ്പുകളായി, ഒടുവിൽ മറ്റാർക്കും നല്കില്ലെന്ന ഉറപ്പിൽ അമ്മയ്ക്കുമാത്രം. അതും ബാലേട്ടന്റെ നിർബ്ബന്ധംകൊണ്ട്.

"എത്രനാളാ എനിക്കിങ്ങനേന്ന്, അറിയാൻ പറ്റില്ല. എപ്പോഴും എന്റെയും വരവ് അവസാനിക്കാം. എങ്കിലും നീ എവിടേണ്ടോന്ന് നിന്റ

മ്മേയേലും അറിഞ്ഞിരിക്കണം."

അങ്ങനെയാണൊടുവിൽ അമ്മയ്ക്ക് വിലാസം നല്കിയത്.

ഉള്ളിൽ ഓർമകളുടെ ലാവ തിളച്ചുമറിഞ്ഞപ്പോൾ അയാൾക്കു പൊള്ളി. എഴുന്നേറ്റുചെന്ന് അയാൾ പുറത്തേക്കുള്ള ജനല തുറന്നിട്ടു. പെട്ടെന്ന് അകത്തേക്കു വീശിയടിച്ച തണുത്ത കാറ്റിൽ നെഞ്ചിലെ ചൂടൊ ന്നടങ്ങി. ദൂരയാത്ര പോകുമ്പോഴല്ലാതെ ആ ജനാല അയാൾ അടയ്ക്കാ റേയില്ല. പുറംലോകത്തെ കാറ്റും വെളിച്ചവും കടന്നുവരാൻ അതു മാത്ര മേയുള്ളൂ എന്നുള്ളതുകൊണ്ടല്ല. ആ ജനാല തുറന്നിട്ടാൽ കിട്ടുന്ന കാഴ്ച കളാണ് അതിനയാളെ പ്രേരിപ്പിക്കുന്നത്.

പുറത്തേക്കു തുറക്കുന്ന ആ ജനാലയിലൂടെ നോക്കുമ്പോൾ തെളിഞ്ഞു വരുന്നത് ഒരു കോളനിയുടെ പൂർണ്ണ ദൃശ്യമാണ്. നഗരത്തിന്റെ പുറമ്പോക്കു ഭൂമി പോലെ ഒരിടം. കീറച്ചാക്കും ടാർപ്പാളിനും വലിച്ചു കെട്ടി ജീവിതം ആഘോഷിക്കുന്ന നൂറുകണക്കിനു കുടുംബങ്ങൾ...! പ്രേമിക്കാനും ഭോഗിക്കാനും അവർക്കിടമറകളില്ല. വാറ്റുകാരും തെരുവു വേശ്യകളും കഞ്ചാവു വില്പനക്കാരും ഗുണ്ടകളുമടങ്ങുന്ന, ഭരണകൂ ടവും പകൽ മാന്യന്മാരും ഉഴുതു മറിക്കാൻ കാത്തിരിക്കുന്ന ഒരു ചതു പ്പുനിലം.

പക്ഷേ, അയാൾക്കവിടം അങ്ങനെയായിരുന്നില്ല. ജീവിതത്തിന്റെ ഒരു പാടൊരുപാട് അനുഭവങ്ങളുടെ ഒരു കൊയ്ത്തു പാടമായിരുന്നു അയാൾക്ക വിടം. വിലപേശിയുറപ്പിച്ച്, മുലയൂട്ടിക്കൊണ്ടിരുന്ന കുഞ്ഞിനെ പായിൽക്കി ടത്തി ഇരുട്ടിലേക്കിറങ്ങുന്ന സരോജിനി ചേച്ചിയെക്കാണുമ്പോഴൊക്കെ അയാൾ അമ്മയെക്കുറിച്ചോർക്കും. അതേ നിറം അതേ രൂപം. സരോജിനി ചേച്ചിക്ക് ഇത്തിരികൂടി പ്രായം ചെന്നാൽ അതായിരുന്നു അയാളുടെ അമ്മ.

അമ്മയെക്കുറിച്ചോർത്തപ്പോൾ വീണ്ടും അയാളുടെ ഉള്ളിൽ ഒരു കന ലെരിയാൻ തുടങ്ങി. ഓരോ കത്തിലും രാപകലില്ലാതെ എരിഞ്ഞുതീരുന്ന അമ്മ. ഇന്നല്ലെങ്കിൽ നാളെ തന്റെ മകൻ പടികടന്നെത്തും എന്ന തീവ്രവി ശ്വാസത്തിൽ ജീവിതം തന്നെ കാത്തിരിപ്പാക്കി മാറ്റിയ അമ്മ.

കഴിഞ്ഞ കത്തിലും എഴുതിയിരുന്നു. "മോനേ ഇവിടെ മഴ തുടങ്ങി. നീ വരുമ്പോ അമ്മയ്ക്കൊരു കമ്പിളി കൂടി കൊണ്ടരണം. അവിടൊക്കെ തുണിക്കുവല്യ വിലക്കുറവല്ലേ! ഇവക്കൊരു ദാവണികൂടി കരുതിക്കോ ണം. നീ പോയേപ്പിന്നെ അവളൊരുത്തിയല്ലേ അമ്മയ്ക്കു കൂട്ടായിട്ടുള്ളൂ. നീ ഒന്നു വന്നു കാണാൻ എന്നേക്കാൾ കൊതിയിപ്പം അവൾക്കാ.. വരണേ മോനേ..."

ഓരോ കത്തുകിട്ടുമ്പോഴും അയാൾ വിചാരിക്കും. ഇത്തവണയെ ങ്കിലും ഒന്നു പോണം എന്ന്. പക്ഷേ, നടക്കാറില്ല. പോകണം എന്നു കരുതുമ്പോഴൊക്കെ ആരോ പിന്നിൽനിന്നും പിടിച്ചുവലിക്കും പോലെ. അല്ലെങ്കിൽ അന്നന്നത്തേടം കൂട്ടിമുട്ടിക്കാനുള്ള കഷ്ടപ്പാട്... ഭാരിച്ച ഉത്ത രവാദിത്വങ്ങളും പേരിയുള്ള ദീർഘസഞ്ചാരങ്ങൾ.. തിരസ്കരിക്കപ്പെട്ടിട ത്തേക്ക് തിരിച്ചു ചെല്ലാനുള്ള മടി... കാത്തിരിക്കുന്ന ദുർന്നിമിത്തങ്ങളെ

ക്കുറിച്ചുള്ള ഭയം.. ഇവയിലേതെങ്കിലുമൊന്ന് എപ്പോഴും വഴിമുടക്കുന്നു. അതുകൊണ്ടുതന്നെ കാത്തിരിക്കാനും കെരഞ്ഞു തീർക്കാനുമായി ഒരമ്മ.

"ഈ ജന്മം കാത്തിരിക്കാൻ നീയല്ലാതെ മറ്റാരും എനിക്കില്ല. പക്ഷേ, ഇവളുടെ കാര്യം അങ്ങനെയല്ലല്ലോ? അവൾക്ക് വീട്ടിൽ കല്യാണാലോ ചനകൾ വന്നുതുടങ്ങി. അവൾ കൂടി പോയാപ്പിന്നെ എനിക്കാരാ..? ഒരു തീരുമാനമെടുക്കാൻ നീ ഇനിയും വൈകിക്കരുത്."

ശരിയാണ്, അയാളോർത്തു. എന്നും തീരുമാനങ്ങളെടുക്കാൻ താൻ വൈകിപ്പോയിരുന്നു. ഒന്നും ഒരിക്കലും വേണ്ടതുപോലെ ചെയ്തില്ല. പ്രതീ ക്ഷകളിൽ മാത്രം ജീവിക്കുകയായിരുന്നു ഇതുവരെ. ഇന്നിപ്പോൾ ആ പ്രതീക്ഷകളും കൈവിട്ടുപോയിരിക്കുന്നു. മടങ്ങിച്ചെല്ലാനും തിരിച്ചുപിടി ക്കാനുമുള്ള ഊർജ്ജം ബാക്കിയില്ല., ഓരോരുത്തരും അവരവരുടെ വിധിക്ക് കീഴടങ്ങട്ടെ എന്നു കരുതാനല്ലാതെ മറ്റൊന്നിനുമാവുന്നില്ല.

ഓരോന്നാലോചിച്ചാലോചിച്ചു നിന്നപ്പോൾ അയാളുടെ തലഞരമ്പു കൾക്കുള്ളിൽ ഇടിമിന്നലുകൾ പാഞ്ഞു. നല്ല തലവേദന. ചൂടുള്ള എന്തെ ങ്കിലും കുടിക്കാൻ കിട്ടിയിരുന്നെങ്കിൽ... പെട്ടെന്നയാൾക്ക് കേശവൻകുട്ടി യുടെ ചായക്കട ഓർമ്മവന്നു. പഴയ ഇരുമ്പുപാലത്തിനു ചുവട്ടിലെ കേശ വൻകുട്ടിയുടെ ചെറിയ ചായക്കട... ടൗണിൽ നിന്നും ഒടുക്കത്തെ ആളും പിരിഞ്ഞുപോയതിനു ശേഷമേ അയാളടയ്ക്കൂ. അടച്ചാൽത്തന്നെ അതി നകത്താണ് കിടപ്പും. ഏതു പാതിരാത്രിയിൽ വിളിച്ചാലും ഉണരും. അല്പം കൂടി കിഴക്കോട്ടു മാറി പുതിയ കോൺക്രീറ്റുപാലം പണിതീരും വരെ അക്കരെയ്ക്കുള്ള ബസു മുഴുവനും അവിടെയായിരുന്നു പാർക്ക് ചെയ്തിരുന്നത്. അന്നൊക്കെ കേശവൻകുട്ടിക്ക് നല്ല കച്ചോടമായിരുന്നു. പുതിയ പാലം വന്നതോടെ ബസ്സ്റ്റോപ്പും മാറി. ഇപ്പോൾ സാധനങ്ങൾ കൊണ്ടുവരുന്ന ചങ്ങാടങ്ങളോ ചെറിയ വള്ളങ്ങളോ അല്ലെങ്കിൽ വണ്ടി തണുപ്പിക്കാൻ വരുന്നവരോ മാത്രം. എങ്കിലും കേശവൻകുട്ടി പഴയതു പോലെതന്നെ നന്നെ പുലർച്ചെ ഉണർന്ന് അടുപ്പിൽ തീപൂട്ടുകയും നന്നെ വൈകിമാത്രം ആ തീ അണയ്ക്കുകയും ചെയ്യും. രാത്രിയിലെ ബീറ്റു പൊലീസുകാർക്കും കോളനിയിലെ വേശ്യാ പെണ്ണുങ്ങൾക്കും ഇപ്പഴും കേശവൻകുട്ടിയുടെ ചായക്കടയാണഭയം.

അയാൾ മെഴുകുതിരി ഊതിക്കെടുത്തി വാതിൽ പുറത്തുനിന്ന് ഓടാ മ്പലിട്ട് വീണ്ടും നിരത്തിലേക്കിറങ്ങി പുഴക്കടവ് ലക്ഷ്യമാക്കി നടന്നു. ആകാശം അപ്പോഴും മൂടിക്കെട്ടിത്തന്നെ നില്പാണ്. എപ്പോഴോ വലിയ പ്രതാപത്തിന്റെ ചിഹനങ്ങൾ വഹിച്ചിരുന്ന ആ നഗരം പുരാതന അവശി ഷ്ടങ്ങളുടെ ഒരു കോലം പോലെ തോന്നിച്ചു. ആ കോട്ടമതിലിനുള്ളിലൂടെ നടക്കുമ്പോൾ ചരിത്രത്തിന്റെ തടവറകളിൽനിന്നും രക്ഷപ്പെടാനാവാത്ത ഒരു പോരാളിയെപ്പോലെ അയാളുടെ മനസ്സ് നിരാശതകൾ കൊണ്ടു നിറ ഞ്ഞു.

ചായക്കടയിലേക്ക് ചെന്നു കയറുമ്പോൾ കേശവൻകുട്ടി നല്ല തിരക്കി ലായിരുന്നു. പതിവില്ലാത്ത ഒരു കച്ചവടത്തിന്റെ സംതൃപ്തി നിറഞ്ഞ

മുഖം.

"എന്താ മാഷേ... ഇവിടെങ്ങും ഉണ്ടായിരുന്നില്ലേ?"

"ഇല്ല. ഒരു യാത്രേലരുന്നു."

അയാൾ കേശവൻകുട്ടിയുടെ കുശലാമ്പേഷണത്തിനു മറുപടി പറ ഞ്ഞുകൊണ്ട് സിനിമാപോസ്റ്ററുകൾ പതിച്ച ചുമരിനെതിരെയുള്ള പഴയ ബഞ്ചിലേക്കിരുന്നു.

"ഒരു ചുക്കുകാപ്പി കിട്ടിയാ നന്നായിരുന്നു കേശവൻകുട്ടിയേട്ടാ..."

"ഞാ... മാഷ്ക്കും പിടിച്ചോ ജലദോഷം! ഞാ ഇപ്പോഴത്തെ കാലാ വസ്ഥ ഒന്നും നിരീക്കാൻ പറ്റണില്ല. പണ്ടൊക്കെ കാർന്നോമ്മാരു പറഞ്ഞാ അതച്ചട്ടായിരുന്നു. ഇപ്പം കാലം മാറീല്ലേ.."

ചുക്കുകാപ്പി തയ്യാറാക്കുന്നതിനിടയിൽ കേശവൻകുട്ടി ആരോടെന്നി ല്ലാതെ പറഞ്ഞുകൊണ്ടിരുന്നു.

"ഇപ്പോഴത്തെ, ചൊമേം പനീം ഒക്കെ സൂക്ഷിക്കണം. നോക്കീരി ക്കുമ്പം പനി കേറിയങ്ങു പെരുകും. പിന്നെ പിടിച്ചാ കിട്ടില്യ.."

ആവി പറക്കുന്ന ചുക്കുകാപ്പി അയാൾക്കു മുന്നിലെത്തിയ പ്പോൾത്തന്നെ അയാൾക്കൊരുന്മേഷം കൈവന്നു. കാപ്പി സാവധാനം മൊത്തിക്കുടിച്ചുകൊണ്ട് അയാൾ കേശവൻകുട്ടിയുടെ വർത്തമാനങ്ങൾക്ക് ചെവികൊടുത്തു.

"നമ്മുടെ കാളവണ്ടിക്കാരൻ പാക്കരൻ ചാകണേന്റെ തലേന്നും ഇവിടെ വന്നു ചായ കുടിച്ചുപോയതാ... നല്ല ചുറുചുറുക്കോടെ നടന്ന മനുഷനാ. ചെറിയൊരു തലവേദന... കാര്യാക്കീല്ല. പക്ഷേ, രണ്ടു ദെവസം തൈകച്ചില്ല. തലയ്ക്കാത്ത് കാൻസറാർന്ന്.."

അന്തരീക്ഷത്തിൽ ഒരു തണുത്ത കാറ്റു വീശി. അവിടവിടയായ് ചെറിയ മഴത്തുള്ളികൾ പാറിവീണു. ഒരു വലിയ പേമാരിയുടെ മുന്നറിയി പ്പുപോലെ അന്തരീക്ഷം പെട്ടെന്ന് കനത്തു.

"ഒരു കട്ടൻകൂടി താ കേശവൻ കുട്ട്യേ... മാരണം ഇന്നെങ്ങും ഒഴിഞ്ഞു പോണ ലക്ഷണമില്ല."

ദേഹത്തു വീണ വെള്ളത്തുള്ളികൾ തുടച്ചെറിഞ്ഞുകൊണ്ട് ഒരു പൊലീസുകാരൻ കടയ്ക്കുള്ളിലേക്കു കയറി.

"ഇതുവരെ ഒന്നും ആയില്ലേ സാറേ!" കേശവൻകുട്ടി ആകാംക്ഷ യോടെ പൊലീസുകാരനടുത്തേക്ക് ചെന്നു.

"എങ്ങനെ ആകാനാ... ആറ്റുവഞ്ചിപ്പടർപ്പിൽ കുരുങ്ങിക്കിടപ്പാ... പൊഴേലാണേ വിരലുവച്ചാ മുറീന്ന ഒഴുക്കും... പിന്നെങ്ങനാ?"

പൊലീസുകാരൻ അസ്വസ്ഥതയോടെ കേശവൻകുട്ടിയുടെ കാലിള കിയ കസേരയിലിരുന്നു.

"ആരാ?... എന്താ?... എന്നുവല്ലോം?"

സമോവറിൽനിന്നും ചൂടുവെള്ളം ഗ്ലാസിലേക്ക് പകർന്നുകൊണ്ട് കേശവൻകുട്ടി പിന്നെയും ചോദ്യങ്ങൾ പുറത്തെടുത്തു.

"ആർക്കറിയാം! കണ്ടിട്ടൊരു പ്രായം ചെന്ന സ്ത്രീയാന്നാ തോന്ന

ണ." പൊലീസുകാരൻ ആരോടൊക്കെയോ ഉള്ള അമർഷത്തോടെ മറു
പടി പറഞ്ഞു.

"ശരിയാ... ഒരുതള്ളയീ സ്റ്റാന്റിലും പൊഴക്കടവത്തും ഒക്കെയായ്
അലഞ്ഞു നടക്കണ കണ്ടൂന്ന് നമ്മുടെ ലോട്ടറിക്കാരൻ കൊച്ചുകോയ്ന്ദൻ
പറേണ കേട്ടു."

കട്ടൻകാപ്പി മേശപ്പുറത്ത് വച്ചുകൊണ്ട് കേശവൻകുട്ടി ഒരു രഹസ്യം
വെളിപ്പെടുത്തി.

"എന്താ... എന്താ കേശവൻ കുട്ടിയേട്ടാ..."

അതുവരെ ഒരു കേൾവിക്കാരൻ മാത്രമായിരുന്ന അയാൾ അവരുടെ
സംഭാഷണത്തിലിടപെട്ടു.

"ഹാ, മാഷിതൊന്നും അറിഞ്ഞില്ലേ? ഞാ... യാത്ര കഴിഞ്ഞ് വന്നതേ
ഉള്ളൂല്ലോ? ന്റെ മാഷേ, ഇന്നു രാവിലെ നമ്മുടെ പൊഴക്കടവിലൊരു ശവം
പൊന്തി. ആരാ എന്താന്നൊന്നും ആർക്കും അറിഞ്ഞുകൂടാ. രണ്ടീസായി
ഒരു തള്ള ഇതിലേയൊക്കെ അലഞ്ഞുതിരിഞ്ഞു നടക്കുന്ന കണ്ടോരുണ്ട്.
കടവിലിറങ്ങീപ്പം കാലുതെറ്റി വീണതാവാനും മതി."

"കാലുതെറ്റി വീണതാണോ ചാടിച്ചത്താണോ എന്ന് ആർക്കറി
യാം." പൊലീസുകാരൻ അല്പം രോഷത്തോടെ തന്നെ പ്രതികരിച്ചു.
"വയസ്സാംകലത്ത് ഇവറ്റയ്ക്കൊക്കെ എവിടേലും കുത്തീരുന്നാപ്പോരേ...
നടക്കുന്നു മറ്റുള്ളോർക്ക് പണീണ്ടാക്കാനായിട്ട്."

പുറത്തും അയാളുടെ ഉള്ളിലും പെട്ടെന്നൊരു കൊള്ളിയാൻ മിന്നി.

"എന്നിട്ട്... മൃതദേഹം വീണ്ടെടുക്കാൻ.." അയാൾ പൊലീസുകാര
ന്റെ പ്രതികരണം പ്രതീക്ഷിച്ച് ചോദിച്ചു.

"എങ്ങനെ വീണ്ടെടുക്കാനാ... ഭയങ്കര ഒഴുക്കാ... വള്ളം വെക്കാൻ
പറ്റത്തില്ല." ഒരു നിമിഷം നിർത്തി തെല്ലൊരാലോചനയ്ക്കുശേഷം പൊലീ
സുകാരൻ തുടർന്നു.

"ഒരു കണക്കിച്ചിന്തിച്ചാ... എന്നാത്തിന്നു വീണ്ടെടുക്കാനാ... പിന്നെ
ഇൻക്വസ്റ്റ്, പോസ്റ്റുമോർട്ടം, കാവൽ... അങ്ങനെ എന്തെല്ലാം ബുദ്ധിമുട്ടു
കളാ."

പൊലീസുകാരൻ വീണ്ടും ആലോചനയിൽ മുഴുകി.

"നാട്ടുകാരൊക്കെ കടവത്ത് കൂടിട്ടുണ്ട്. വല്യ മുളങ്കാലോണ്ട് കുത്തി
വിടാനാ നോക്കണെ. ഒഴുക്കിപ്പെട്ടു കിട്ട്യാ രക്ഷപ്പെട്ടു. പിന്നെ നമുക്ക്
പൊല്ലാപ്പില്ലല്ലോ മാഷേ...?"

അയാളുടെ സംശയത്തിന് കേശവൻകുട്ടിയാണ് മറുപടി പറഞ്ഞത്.

പക്ഷേ, കേശവൻകുട്ടിയുടെ വാക്കുകൾ അയാളുടെ മനസ്സിനെ
കുറേക്കൂടി അസ്വാസ്ഥ്യപ്പെടുത്തിയതേ ഉള്ളൂ.

"എന്നാലും കേശവൻകുട്ടിയേട്ടാ.. ആരാ എന്താ എന്നൊന്നറിയാൻ
അവർക്കും കാണില്ലേ ആരേലുമൊക്കെ..?"

അയാൾ പെട്ടെന്നു വികാരാധീനനായി ചോദ്യം മുഴുമിപ്പിക്കാനാ
വാതെ ഇടയ്ക്കു നിർത്തി.

"അതേതെ... പറേന്നവർക്കങ്ങനെ ചുമ്മാ പലതും പറയാം. കഷ്ട പ്പെടണത് ഞങ്ങളാ കേട്ടോ കേശവൻകുട്ട്യേ.."

പൊലീസുകാരൻ അയാൾക്കുള്ള മറുപടിയെന്നോണം കേശവൻകു ട്ടിയോട് പറഞ്ഞു. "കഴിഞ്ഞേന്റങ്ങത്തെ കൊല്ലം ഞാനന്ന് എരുമേലി സ്റ്റേഷനി പി സിയാ. ഒരു ഞായറാഴ്ച ദിവസം എസ് ഐ അവധീലാ. സന്ധ്യയായപ്പം ഒരജ്ഞാതശവം ഇതേപോലെ തന്നെ പൊന്തൻപുഴ വന ത്തിൽ. എസ് ഐ പിറ്റേന്നേ വരൂ. എന്നെ ഡെഡ്ബോഡീടെ കാവൽ ഡ്യൂട്ടി ഏല്പിച്ചു. പോകാതിരിക്കാൻ പറ്റ്യോ?" ഒന്നാലോചിച്ച് ഒരു കവിൾ കട്ടൻകാപ്പി കുടിച്ചിറക്കി പൊലീസുകാരൻ കഥ തുടർന്നു.

"പിന്നെ, നല്ല നാട്ടുകാരാരുന്നോണ്ട് ഇരിക്കാനൊരു കസേരേം ഒരു ജാറ് നല്ല വാറ്റു ചാരായേം. പാതിരാത്രിവരെ അവമ്മാര് വെടിപറഞ്ഞിരു ന്നു. പിന്നെ അവമ്മാരടിച്ചു ഫ്ളാറ്റ്... എനിക്കുറങ്ങാൻ പറ്റ്യോ? ഈ പണ്ടാരം വല്ല കുറുനരീം കടിച്ചോണ്ടുപോയാ സമാധാനം പറേണ്ടത് ഞാനാ."

ഇടയ്ക്കൊന്നു നിർത്തി എന്തോ സുഖമുള്ള ഓർമ്മയിൽ മുഴുകി അവ സാനം ഇറക്ക് കട്ടൻകാപ്പിയും മോന്തി ചിറി തുടച്ച് ഒരു പ്രത്യേക വികാ രത്തോടെ പൊലീസുകാരൻ കേശവൻകുട്ടിയെ നോക്കി ഒരു അതീവ രഹസ്യം പുറത്തുവിടുംപോലെ പറഞ്ഞു.

"നാലും എന്റെ കേശവൻ കുട്ട്യേ.. സംഗതി ബലാൽസംഗാരുന്നു. ല്ലാരും ഉറങ്ങീന്നുറപ്പായയ്പ്പോ ഞാനവളെ മൂടീരുന്ന തുണി പൊന്തിച്ചൊന്നു നോക്കി. നല്ല തങ്കക്കൊടം പോലത്തെ പെണ്ണ്. അവടെ തൊട രണ്ടും കണ്ടപ്പം. എന്റെ പെരുവെരലീന്നൊരു തരിപ്പുമേലോട്ടു കേറി... അരക്കെ ട്ടിലൊരു വല്ലാത്ത വിങ്ങൽ..."

ആ സംഭാഷണം പൂർത്തിയാക്കും മുമ്പ് അയാൾ കടയ്ക്ക് പുറ ത്തേക്ക് കടന്നു. പുറത്ത് കനത്ത ഇരുട്ട് വീണു കിടക്കുന്നു. കാറ്റിന് ശക്തി കൂടിവരുന്നു. മഴ എപ്പോഴും പെയ്തേക്കാം. പെട്ടെന്ന് റൂമിലെ ത്തണം. അയാൾ അങ്ങനെയൊക്കെയാണ് ആലോചിച്ചതെങ്കിലും കാലു കൾ താനേ സഞ്ചരിച്ചത് പുഴക്കടവിലേക്കായിരുന്നു.

അവിടെ അപ്പോഴും നല്ല ആൾക്കൂട്ടം തമ്പടിച്ചിരുന്നു. ആർപ്പുവിളി കളും കൊച്ചുവർത്തമാനങ്ങളുമായി അവരത് ആഘോഷമാക്കി മാറ്റിയി രുന്നു.

പെട്ടെന്ന് ഒരു കൊള്ളിയാനൊപ്പം ഇടിമുഴക്കം പോലൊരാരവം അയാ ളുടെ ചുറ്റും മുഴങ്ങി. ആദ്യനടുക്കത്തിൽ കണ്ണൊന്നടച്ചു തുറക്കുമ്പോൾ അയാൾ കണ്ടു.

കടവിനക്കരെ, ആറ്റുവഞ്ചിപ്പടർപ്പിൽനിന്നും ഒന്നു മറിഞ്ഞ്, ഒരു വെള്ളായം പോലെ, പിന്നെ... കുഞ്ഞൊഴുക്കിൽ ആടിയുലഞ്ഞ് താഴേക്ക്...

ഒപ്പം, ആളും ആരവവും മുകളിലേക്ക് കുതിക്കുന്നു. ഒരു യുദ്ധം ജയിച്ച സംതൃപ്തിയോടെ.

മഴ നനഞ്ഞു കുതിർന്നാണ് അയാൾ മുറിയിലേക്ക് വന്നു കയറി

യത്. പുഴക്കടവിൽനിന്നും എങ്ങനെയാണ് ഇതുവരെ എത്തിയതെന്ന് അയാൾക്ക് ഓർക്കാനേ കഴിയുന്നില്ല. വന്നപാടേ അയാൾ മേശപ്പുറത്തി രുന്ന കത്ത് കൈയിലെടുത്തു. ഇരമ്പുന്ന ഹൃദയത്തോടെ അയാളതു പൊട്ടിച്ചു.

ഓരോ വരികളിലൂടെ സഞ്ചരിക്കുമ്പോഴും മനസ്സിലേക്ക് പെരുമഴ ഇര മ്പിയെത്തി.

"മോനേ... നിന്നെ കാത്തു കാത്തിരുന്ന് മടുത്ത് ഒടുവിൽ അവളും പോയി. വീട്ടുകാരുറപ്പിച്ച കല്യാണത്തിന് മനസ്സോടെയല്ലെങ്കിലും ആ കുട്ടിക്ക് വഴങ്ങേണ്ടി വന്നു. ഇനിയെന്റെ കൂട്ടുകിടപ്പും കത്തെഴുത്തും മുട ങ്ങി. അല്ലെങ്കിത്തന്നെ ഇനി എന്തിനാ ഒരു കൂട്ട്. വീട് ജപ്തി ചെയ്തു കൊണ്ടുള്ള നോട്ടീസ് ഇന്നലെ ബാങ്കുകാർ തന്നു. ഉപ്പുചിരട്ടയുൾപ്പെടെ എല്ലാം അവരെടുത്തു. വേണ്ടാത്തത് എന്നെ മാത്രം.

ഒന്നും നിന്നെ വിഷമിപ്പിക്കാൻ പറഞ്ഞതല്ല. ഇനി ഒരെഴുത്തെഴുതാൻ പറ്റില്ലല്ലോ? അതുകൊണ്ട്... ഞാൻ ഇന്നു തന്നെ നിന്റടുത്തേക്ക് വരിക യാണ്. പെറ്റവയറിനറിയാത്ത വഴികളൊന്നും ഈ ഭൂമീലില്ല. ഞാൻ കണ്ടുപിടിച്ചോളാം നിന്നെ. ബാക്കി അപ്പോൾ പറയാം."

സ്വന്തം അമ്മ.

ആകാശച്ചെരുവിൽ ഒരിടികുടുങ്ങി. തുറന്നിട്ടിരിക്കുന്ന ജനാലയിലൂടെ തണുത്ത കാറ്റ് മഴത്തുള്ളികളുമായി അകത്തേക്ക് വീശിയടിച്ചു. കാറ്റിൽ അയാളുടെ പിടിവിട്ട് ആ കത്ത് ജനലിലൂടെ പുറത്തേക്കൊഴുകി.

പുറത്ത് കോളനിക്കുമീതെ ഇരുട്ട് വീണുകിടന്നു. ആ ഇരുട്ടിലൂടെ തുള്ളിത്തുള്ളി ആ കത്ത് അന്തരീക്ഷത്തിലൂടെ പാറി നടന്നു.

മഴയും കാറ്റും മുറിക്കുപുറത്ത് ഇരമ്പിയാർക്കുകയാണ്.

അയാളുടെ ഉള്ളിലും മറ്റൊരു മഴ ഇരമ്പി.

ഭൂമിയിലെ തമാശകൾ

"എനിക്ക് പേടിയാവുന്നു..." അവൾ പറഞ്ഞു.

"സാരമില്ല; ഞാനടുത്തുണ്ടല്ലോ?"

അതു പറഞ്ഞ് അയാൾ അവളുടെ കൈപ്പടങ്ങളിൽ അമർത്തിപ്പിടി ച്ചു. പിന്നെ ഓർത്തു. എത്രയോ പൊള്ളയായ വാക്കുകളാണവ.

"സാരമില്ല; ഞാനടുത്തുണ്ടല്ലോ."

എന്തിന്? എല്ലാറ്റിനും മീതെ ലോകാവസാനത്തിന്റെ കരിനിഴൽ വീണുകിടക്കെ. ആര് ആരുടെ അടുത്തുണ്ടായിട്ടെന്തുകാര്യം?

എങ്കിലും അതല്ലല്ലോ; അയാൾ സ്വയം ആശ്വസിക്കാൻ ശ്രമിച്ചു. മരിക്കും മുമ്പ് ആശ്രയത്തിന്റെയോ ആശ്വാസത്തിന്റെയോ ഒരു വാക്ക്. 'സാരമില്ല. ഞാനില്ലേ അടുത്ത്' എന്നൊരു തലോടൽ. പേടിച്ചരണ്ട ഒരാൾക്ക് അതെമ്പടി മതിയാവും...

അതോ സാരമില്ലെന്നു പറഞ്ഞ് തന്റെ ഹൃദയം അവളോടു ചേർത്തു വയ്ക്കുന്നതിലൂടെ ഇത്തിരി ആശ്വാസം താനും അനുഭവിക്കുകയായിരു ന്നില്ലേ? അയാളുടെ മനസ്സ് അങ്ങനെയും സംശയിച്ചു.

ആയിരിക്കണം... ആയിരിക്കണം. എന്നല്ല. അതെ; അയാളുറച്ചു. അല്ലെങ്കിൽ ഈ സ്ത്രീയും താനും തമ്മിലെന്ത്? മരണക്കിണറിലെ സൈക്കിൾ യാത്രക്കാരെപ്പോലെ മരണത്തെ മുഖാമുഖം കാണുമ്പോ ഴുള്ള സ്നേഹത്തിന്റെയും ഭീതിയുടെയും ഒരിഴയടുപ്പം. അതല്ലാതെ മറ്റെ ന്താണ്...

"മേലോട്ടു നോക്കീട്ടൊന്നും കാണാൻ പറ്റുന്നില്ല. ആകാശത്തിനിപ്പം എന്താ നിറം?" അവളുടെ ആ ചോദ്യത്തിനൊപ്പം അയാളും മേൽപ്പോട്ടു മിഴികളുയർത്തി. മുകളിൽ നരച്ചുകിടക്കുന്ന ആകാശം. ചെമ്മണ്ണിന്റെ നിറ ത്തിൽ മങ്ങിയ സൂര്യൻ.

"ഇപ്പം, രാത്രിയോ പകലോ? എനിക്കൊന്നും കാണാൻ പറ്റുന്നില്ല. വല്ലാതെ പേടി തോന്നുന്നു എനിക്ക്."

ഇത്തവണ അവളുടെ ചോദ്യങ്ങൾക്ക് അയാൾ മറുപടി പറഞ്ഞില്ല. മുമ്പ് പറഞ്ഞുപോയ വാക്കുകളുടെ മുഴക്കം വീണ്ടെടുക്കാനുള്ള ശ്രമ ത്തിനിടയിൽ ഒരു ദീർഘനിശ്വാസം മാത്രം അയാളുടെ വകയായ്...

ആ നിശ്വാസം അവളെ കൂടുതൽ പേടിപ്പെടുത്തി. വളരെ ആയാസ പ്പെട്ട് അവളയാൾക്കരികിലേക്ക് കുറച്ചുകൂടി ചേർന്നുകിടന്നു. അയാളവളെ തന്നോടു ചേർത്തുപിടിച്ചു.

അവൾക്കപ്പോൾ ചോരയുടെ ചൂടുണ്ടായിരുന്നു. അയാളുടെ കൈ രക്തത്തിൽ നനഞ്ഞു. അവളുടെ കഴുത്തിൽ ആഴത്തിൽ ഒരു മുറിവു ണ്ടെന്നും അതിൽ നിന്നിപ്പോഴും രക്തം പ്രവഹിക്കുന്നുണ്ടെന്നും അയാ ളുടെ കൈത്തലം തിരിച്ചറിഞ്ഞു.

"എവിടെയാ നിന്റെ വീട്..?"

മറ്റൊന്നും ചെയ്യാനില്ലാത്തതിനാൽ വെറുതെ ചോദ്യം ചോദിക്കുന്ന താണ് നല്ലതെന്ന് അയാൾക്കു തോന്നി.

"വീടെവിടെ ആയാലെന്താ? എളുപ്പം തീപിടിക്കുന്നതാണെങ്കിൽ, വേഗം വെട്ടിപ്പൊളിക്കാവുന്നതാണെങ്കിൽ..!"

നിസ്സംഗവും ആലോചനാരഹിതവുമായിരുന്നു. അവളുടെ ഉത്തരമെ ങ്കിലും അതിലല്പം കാര്യമുണ്ടെന്ന് അയാൾക്കു തോന്നി.

ശരിയാ... വീടെവിടെയായിരുന്നാലെന്താ? ഭൂകമ്പമാപിനിയുടെ ഹൃദയ സ്പന്ദനങ്ങളുടെ താളം തെറ്റിയാൽ... ഒരാകാശക്കപ്പലിനു തീപിടിച്ചാൽ... ഒരു വിഷക്കാറ്റടിച്ചാൽ... വീടെവിടെ ആയാലെന്താ? കോൺക്രീറ്റോ, കളി മണ്ണോ, പുല്ലോ, ടാർപ്പാളിനോ, എന്തുകൊണ്ടുള്ള വീടായിരുന്നിട്ടും എന്താ കാര്യം? എല്ലാം ഉണ്ടായിരുന്നവരല്ലേ നമ്മളും... എന്നിട്ടിപ്പം ദാ... ഇവിടെ മുറിവേറ്റ്... ചോരയൊലിപ്പിച്ച്...

അയാൾ ജീവിതത്തിന്റെ അന്തസ്സാര ശൂന്യതയോർത്ത് വെറുതെ നെടുവീർപ്പിട്ടു.

ആ നെടുവീർപ്പിനു മറുപടിയെന്നോണം അവൾ അയാൾക്കു നേരെ തിരിച്ചു കിടന്നുകൊണ്ട് പറഞ്ഞു.

"നിങ്ങളെ ഞാൻ എവിടെയോ കണ്ടിട്ടുണ്ട്."

അവളുടെ സംശയത്തിനു മറുപടി കൊടുക്കാതെ ആ മുഖത്തെ തിണർത്ത പാടുകളിലേക്കു നോക്കിയിരിക്കുകമാത്രം ചെയ്തു അയാൾ. പിന്നെ കുറെ നേരത്തേക്ക് അവർക്കിടയിൽ മൗനം കനത്തു.

"എന്തെങ്കിലും ഒന്ന് മിണ്ടിപ്പറയുക. എനിക്ക് വല്ലാണ്ട് പേടിയാവു ന്നു." അവൾ പറഞ്ഞു.

"ഇനിയിപ്പം പേടിച്ചിട്ടെന്താ കാര്യം. പേടി മാറ്റാൻ മറ്റെന്തെങ്കിലും ഓർക്കുകയായും നന്ന്" അയാൾ.

"മറ്റെന്തോർക്കാൻ... അല്ലെങ്കിൽത്തന്നെ മറ്റൊന്നും ഓർക്കാൻ പറ്റാ അവിധം തകർത്തു കളഞ്ഞില്ലേ മനസ്സിനെ.." അവൾ സങ്കടപ്പെട്ടു.

"ശരിയാണ്, മറ്റെന്തോർക്കാൻ..? ഓർമ്മയിൽ വെടിയുപ്പിന്റെയും നില വിളിയുടെയും ഗന്ധമല്ലാതെ മറ്റെന്താണുള്ളത്" അയാളും നിസ്സഹായ നായി.

"കാണും... മറ്റെന്തെങ്കിലും കാണും... നല്ലതുപോലെ ഓർത്തു നോക്കൂ നമുക്കെന്നിട്ട് നല്ല നിലാവുള്ള ഓർമ്മകളിലേക്ക് മടങ്ങാം."

ഓർമ്മകളെ സിരകളിലേക്ക് ആവാഹിച്ചു വരുത്തുംപോലെ അയാ ളൊന്നു നിർത്തി പിന്നെയും തുടർന്നു. "നിറമുള്ള ഒരു ബാല്യം... കുസൃതി നിറഞ്ഞു കവിഞ്ഞ കൗമാരം... മോഹങ്ങൾ പൂത്തുലഞ്ഞ യൗവനം... അങ്ങനെ.. അങ്ങനെ... അങ്ങനെ... അങ്ങനെ... പലതും നിങ്ങൾക്കോർക്കാനാവില്ലേ..?"

അവൾ ആകാംക്ഷയോടെ അയാളെ പ്രേരിപ്പിച്ചു.

പിന്നെ ഏറെ നേരത്തേക്ക് ആരും ഒന്നും പറഞ്ഞില്ല. നീണ്ടുപോയ നിശ്ശബ്ദതയ്ക്കൊടുവിൽ ഇടത്തെ കവിളിലൂടെ ഒലിച്ചിറങ്ങിയ ചോര നിലത്തെ പുല്ലിലമർത്തിത്തുടച്ചുകൊണ്ട് അവൾ തന്നെ ഇങ്ങനെ ഓർത്തെ ടുത്തു..!

"തീരെ ചെറിയ കുട്ടിയായിരുന്നപ്പോൾ എന്റെ ജീവിതം എത്ര സുര ഭിലമായിരുന്നു. എന്റെ കുസൃതികൾ... ശാഠ്യങ്ങൾ... പിണക്കങ്ങൾ... എല്ലാം എന്റെ വീടിനെ എത്രമാത്രം ആനന്ദിപ്പിച്ചിരുന്നു." അവൾ ഓർമ്മകളിൽ തട്ടിത്തടഞ്ഞ് അവിടെ നിർത്തി.

"ശരിയാ, ഞാനുമോർക്കുന്നു" അവൾ നിർത്തിയിടത്തുനിന്നും അയാൾ തുടങ്ങി.

"എന്റെ ബാല്യത്തിലും ഒരുപാട് നിറങ്ങളുണ്ടായിരുന്നു. ഊഞ്ഞാൽ കെട്ടിത്തരാനച്ഛൻ... താരാട്ടു പാടിത്തരാനമ്മ... ആ ഉറക്കുപാട്ടുകേട്ടു കേട്ട് അമ്മയുടെ നെഞ്ചോടു ചേർന്ന്..."

പിന്നെ... ഓർമ്മയുടെ ഊഞ്ഞാലിളക്കങ്ങളിൽ മിഴിയടച്ച് ആ ഉറക്കു പാട്ടിന്റെ ഈണം അയാൾ മെല്ലെ മൂളി...

"വേണ്ടാ... മതി... മതി!" അവളുടെ കരച്ചിൽ അയാളുടെ ഓർമ്മകളെ മുറിച്ചു. പാട്ടു നിർത്തി അയാൾ അവളിലേക്ക് തിരിഞ്ഞു. അവളുടെ കണ്ണു കൾ ഭയാനകമായ എന്തോ കാഴ്ച കണ്ടിട്ടെന്നപോലെ പുറത്തേക്കു തള്ളി വന്നു. ശരീരം ചെറുതായി വിറകൊണ്ടു. അയാളെ ഇറുകെ പുണർന്നു കൊണ്ടവൾ അലമുറയിട്ടു.

"ഇല്ല; ഒന്നും ഓർക്കണ്ട... ഒന്നും ഓർമ്മിപ്പിക്കുകയും വേണ്ട... എനിക്ക് വല്ലാതെ പേടിയാവുന്നു..."

അയാളവളുടെ തോളിൽ ചെറുതായ് തലോടി ആശ്വസിപ്പിച്ചുകൊണ്ടു ചോദിച്ചു.

"എന്തിനാ ഇത്രയും നല്ല കാര്യങ്ങൾ ഓർത്തെടുത്തിട്ടും നീ കരയു ന്നത്?"

കിടന്നകിടപ്പിൽനിന്നും തലയുയർത്താതെ അവളതിനുത്തരം പറഞ്ഞു.

"ഞാനെന്റെ കുഞ്ഞിനേം ഇതുപോലെ താരാട്ട് പാടിയുറക്കുവാ രുന്നു. വാതിൽപുറത്തുനിന്നും പൂട്ടീട്ടാ അദ്ദേഹം ബ്രഡ് വാങ്ങാൻ പോയത്. അപ്പഴാ... വാതിൽ ചവുട്ടിപ്പൊളിക്കുന്ന ശബ്ദോം ആളിപ്പടരുന്ന തീയും. പിന്നെ എന്റെ കുഞ്ഞും... ഒടുവിൽ ദാ... ഇവിടെ ഇപ്പോ നിങ്ങട ടുത്ത്.... മറ്റെന്തെങ്കിലും പറയൂ നിങ്ങൾ.. കേൾക്കാൻ രസമുള്ള മറ്റെ ന്തെങ്കിലും കാര്യങ്ങൾ..."

അവൾ കരച്ചിലിന്റെ പെരുമഴയായ് അയാളിൽ നിറഞ്ഞു.

കാൽമുട്ടിനു താഴെ തകർന്നുപോയ മാംസക്കഷണങ്ങൾ വലിച്ചെ ടുത്ത് നിവർന്നിരിക്കാൻ ശ്രമിച്ചുകൊണ്ട് അയാൾ ഓർമ്മയിൽ പരതി. കേൾക്കാൻ രസമുള്ള മറ്റെന്തു കാര്യമാണുള്ളത്? ഇല്ല; രസമുള്ളതൊന്നും ഓർമ്മയിലേക്ക് വരുന്നില്ല. തെളിഞ്ഞും മങ്ങിയും നിറയുന്നത് ഒരേയൊരു ചിത്രം മാത്രം- നഗരത്തിലെ പ്രധാന നിരത്തിലൂടെ കളിതമാശകൾ പറഞ്ഞു ചിരിച്ചും... പതിവു നഗരക്കാഴ്ചകൾക്ക് കണ്ണു തുറന്നുപിടിച്ചും... താനും ഭാര്യയും ഒരു പഴയ സ്കൂട്ടറിൽ....

അതൊരു പതിവുള്ള യാത്ര മാത്രമായിരുന്നു. എല്ലാ വൈകുന്നേര ങ്ങളിലും ആവർത്തിക്കാറുള്ളത്. നഗരക്കോണിലെ വാടകവീട്ടിൽ നിന്നി റങ്ങി മ്യൂസിയം വഴി പ്രധാന നിരത്തിലൂടെ പച്ചക്കറി മാർക്കറ്റിലവസാ നിക്കുന്ന ഒരു സാധാരണ യാത്ര.

ജീവിതം ഇത്രയൊക്കെ സന്തോഷപ്രദമായിരുന്നിട്ടും ഇപ്പോഴിതാ... ഇവിടെ.. സ്വന്തം നിശ്വാസത്തെപ്പോലും ഭയപ്പെടുന്ന അപരിചിതയായ ഏതോ ഒരുവളോടൊപ്പം പാതി മരിച്ച് മരവിച്ച്... സന്തോഷകരമായ ഓർമ്മ കൾക്കു വേണ്ടി ഓടിത്തളർന്ന്...

"എന്താണോർക്കുന്നത്? രസമുള്ള വല്ലതുമാണോ? എങ്കിൽ പറ. ഒന്നും മിണ്ടാണ്ടിരുന്നിട്ട് എനിക്ക് വല്ലാത്ത പേടി തോന്നുന്നു..."

കലങ്ങിമറിഞ്ഞ ഓർമ്മകളുടെ കുത്തൊഴുക്ക് ഒട്ടൊന്നു നിലച്ചപ്പോൾ അവൾ വീണ്ടും അയാളെ പ്രേരിപ്പിച്ചു തുടങ്ങി...

അതെ, ഇതും രസമുള്ളതുതന്നെ. സന്തോഷകരമായ ഒരു ജീവിത സായാഹ്നത്തിന്റെ ചാക്രികത തെറ്റിച്ച ഒരു യാദൃച്ഛിക സംഭവം എന്നു വിചാരിക്കാൻ കഴിഞ്ഞാൽ ഇതും ഒരു രസകരമായ കാര്യം തന്നെ. അയാൾ മനസ്സിൽ അങ്ങനെ ചിന്തിച്ചുകൊണ്ട് ആരോടെന്നില്ലാതെ പറഞ്ഞു തുടങ്ങി.

ഒന്നോർത്താൽ എത്ര രസകരമാണത്. സന്തോഷപ്രദമായ പതിവു നഗരപ്രദക്ഷിണത്തിലേക്ക് അവിചാരിതമായി കടന്നുകയറിയ കല്ലുകൾ, പന്തങ്ങൾ, കൂർത്ത കുന്തമുനകൾ... പിന്നെ, ഓർമ്മ വീഴുമ്പോൾ ഈ പുൽമെതാനിയിൽ നമ്മളൊന്നിച്ച്..., എന്റെ അരയ്ക്കു വട്ടം കൈചുറ്റി പ്പിടിച്ച് എന്റെ പിൻസീറ്റിലിരുന്ന എന്റെ പ്രിയപ്പെട്ടവൾക്കു പകരം ഊരും പേരുമറിയാത്ത നിന്നോടൊപ്പം... ഓർത്തു നോക്കിയാൽ ഇതിലപ്പുറം രസ കരമായ മറ്റെന്താണുള്ളത്.

അവൾ വീണ്ടും ആലിലപോലെ വിറച്ചുകൊണ്ട് അയാളോടു കൂടു തൽ ചേർന്നുകിടന്നു.

ഇപ്പോൾ ആകാശത്തിന്റെ നിറം കുറേക്കൂടി ഇരുണ്ടിട്ടുണ്ട്. സൂര്യന്റെ കാഴ്ചകളെ മറച്ചുകൊണ്ട് കഴുകന്മാർ വട്ടം ചുറ്റി താഴുന്നു. ചോരയുടെ ഗന്ധം കാറ്റിന്റെ സിരകളെ ത്രസിപ്പിച്ചിട്ടുണ്ടാവണം. അയാളുടെ ഉള്ളിലും ഭയം നേരിയ ഇരുട്ടിടാൻ തുടങ്ങി. അവളുടെ മെലിഞ്ഞ കൈത്തണ്ടയിൽ ഒന്നുകൂടി മുറുകെ പിടിച്ചുകൊണ്ട് അയാൾ പറഞ്ഞു.

"എനിക്കും പേടിതോന്നുന്നു. രസകരമായ എന്തെങ്കിലും ഓർക്കാ നുണ്ടോ നിനക്ക്....?"

"ഇല്ല; എന്റെ ഓർമ്മയിൽ തിരശ്ശീലപോലെ നെടുകെ ഛേദിക്കപ്പെട്ട ഒരു കുഞ്ഞാണ്. പിന്നെ ആളിപ്പടരുന്ന തീയിലേക്ക് ഓടിക്കിതച്ചെത്തുന്ന എന്റെ...!"

"വേണ്ട...!" അവൾ പൂർത്തിയാക്കും മുമ്പേ അയാളിടപ്പെട്ടു.

"മതി.." പേടിപ്പിക്കുന്ന ഓർമ്മകളിൽനിന്നും ഒരംഗുലം അകലെ, രസകരമായ മറ്റെന്തെങ്കിലും ഒന്ന് കണ്ടെത്തണം.

അല്പനേരത്തേക്ക് അവരിരുവരും ഒന്നും പറഞ്ഞില്ല. പിന്നെ, ഓടി ത്തളർന്ന ഒരു തെരുവുനായെപ്പോലെ കിതപ്പൊന്നടങ്ങിയപ്പോൾ അയാൾ തന്നെയാണ് മൗനം ഭേദിച്ചത്.

"അല്ലെങ്കിൽ ഇങ്ങനെയും ചിന്തിച്ച് നമുക്ക് സമാധാനിച്ചുകൂടെ. അപ്ര തീക്ഷിതവും അസാധാരണവുമായ ഇത്തരം ചില വഴിത്തിരിവുകളില്ലല്ലേ ജീവിതത്തിന്റെ സമസ്ത സൗന്ദര്യവും അടങ്ങിയിരിക്കുന്നത്. ഓർത്തു നോക്കൂ... ഇപ്പോൾ ഇങ്ങനെയൊന്നും സംഭവിച്ചില്ലായിരുന്നെങ്കിൽ എത്ര സാധാരണവും വിരസവുമായിരുന്നേനേം നമുക്കീ ജീവിതം. ഉദാഹരണ ത്തിന് എന്റെ ജീവിതം തന്നെ നോക്കൂ. ചെറുതെങ്കിലും എന്തെല്ലാം ഉത്ത രവാദിത്വങ്ങൾ.. പക്ഷേ; എത്ര പെട്ടെന്നാണ് എല്ലാ ഉത്തരവാദിത്വങ്ങളും അവസാനിച്ചത്... ഓർക്കാപ്പുറത്ത് നിരത്തിൽ ഒരു കലാപം പൊട്ടിമുല യ്ക്കുമെന്നും കളിതമാശകൾ പറഞ്ഞ് ചിരിച്ചുല്ലസിച്ച് അതിലേക്കാണ് ചെന്നു കയറുന്നതെന്നും അല്പമെങ്കിലും പ്രതീക്ഷിച്ചോ...?"

അവൾ അയാൾ പറഞ്ഞുവരുന്നതിന്റെ പൊരുൾ പൂരിപ്പിച്ചെടുക്കാൻ പാടുപെട്ടുകൊണ്ട് എന്തോ പിറുപിറുത്തു. അതിലൊന്നും ശ്രദ്ധ കൊടു ക്കാതെ ഒരു ഭ്രാന്തമായ ലഹരിയോടെ അയാൾ തുടർന്നു.

"ഇനി നിന്റെ കാര്യം തന്നെയെടുക്ക്... നീ ഭർത്താവിനെയും ഭർത്താവ് നിന്നെയും ഒരുപാട് സ്നേഹിച്ചിരുന്നിരിക്കണം. എന്നിട്ടോ? കഠാരകൾക്കും കൈബോംബുകൾക്കും ഇടയിലൂടെ എത്ര കഷ്ടപ്പെട്ടായിരിക്കും അയാൾ നിനക്കും കുഞ്ഞിനും ബ്രഡും ബട്ടറും വാങ്ങി വീട്ടിലേക്ക് ഓടിക്കിതച്ചെ ത്തുന്നത്. അപ്പോഴോ വീടിരുന്നിടത്ത് ഒരു ചാമ്പൽക്കൂന മാത്രം. ഇനി അഥവാ അയാൾ വീടുവരെ എത്തിയിട്ടുണ്ടാവും എന്നു തന്നെ നമുക്കെ ന്താണൊരുറപ്പ്. ഇതുപോലെ തൊട്ടപ്പുറത്ത് മറ്റാരോടോ ഒപ്പം മരിച്ചോ മരിക്കാതെയോ... അതെ ജീവിതത്തിന്റെ ഒരു ബിന്ദുവിൽനിന്നുകൊണ്ട് മരണത്തിന്റെ അനേക സാധ്യതകളെക്കുറിച്ച് ചർച്ച ചെയ്യേണ്ടിവരുന്നത് എത്ര രസകരമായ ഒരനുഭൂതിയാണ് പകർന്നു നല്കുന്നതെന്ന് ഒരു

നിമിഷം നീയൊന്നു ചിന്തിച്ചു നോക്കൂ...

"മതി... മതി... നിർത്തുന്നുണ്ടോ ഒന്ന്..."

അവൾക്കാവുന്നത്ര ശബ്ദമുയർത്തി അയാളെ തടഞ്ഞു.

"എനിക്കിപ്പോൾ നിങ്ങളെയും പേടിയായിത്തുടങ്ങിയിരിക്കുന്നു. ഇങ്ങ നെയൊക്കെ ചിന്തിക്കാനായാൽപ്പിന്നെ അവരും നമ്മളും തമ്മിലെന്താണു വ്യത്യാസം. അവർ കൊലപാതകത്തിന്റെ വൈവിദ്ധ്യങ്ങളാഘോഷിക്കു മ്പോൾ നമ്മൾ ജീവിതത്തിന്റെ സാദ്ധ്യതകളെക്കുറിച്ചാണാലോചിക്കേണ്ടത്.."

അവളതു പറയുമ്പോൾ അവശേഷിക്കുന്ന ജീവന്റെ ഊർജ്ജമത്രയും സിരകളിൽ പത്തഞ്ഞു നിന്നിരുന്നു. അത്രയും പറഞ്ഞുതീർത്ത് വെറുപ്പോടെ അയാളിൽനിന്നും അകന്നുമാറാനുള്ള ശ്രമത്തിനിടയിൽ അവൾ പുല്ലി ലേക്ക് വശം ചരിഞ്ഞുവീണു.

അയാൾ മെല്ലെ അവൾക്കരികിലേക്കു ചാഞ്ഞിരുന്നുകൊണ്ട് അല്പ മൊരിടർച്ചയോടെ പറഞ്ഞു: "നിനക്കറിയാമോ... എന്റെ വിഷമം? എന്റെ പ്രിയപ്പെട്ടവൾ അടിവയറ്റിൽ തുടിച്ചു നീന്തുന്ന ഞങ്ങളുടെ കുരുന്നു ജീവ നുമായ് എന്റെ കൺമുമ്പിൽ കിടന്നാണ് പിടഞ്ഞു പിടഞ്ഞ്... ഞാൻ പിന്നെ മറ്റെന്തോർത്തു സമാധാനിക്കണമെന്നാ നീ പറഞ്ഞു വരുന്നത്..?"

അവളൊരു നിമിഷം ഒന്നു പിടഞ്ഞു. പിന്നെ ചിറപൊട്ടി വന്ന കര ച്ചിൽ ഉള്ളിലടക്കി ഒടിഞ്ഞുതൂങ്ങിയ അയാളുടെ വലതുകൈ മടിയിലേ ക്കെടുത്തു വെച്ച് മെല്ലെ തലോടി ആശ്വസിപ്പിച്ചുകൊണ്ടു പറഞ്ഞു.

"വേണ്ട, നമുക്കൊന്നും ഓർക്കണ്ട. നശിച്ച ഈ ഓർമ്മകൾ നമുക്ക് വേണ്ട. എല്ലാ ഓർമ്മകളും കറങ്ങിത്തിരിഞ്ഞെത്തുന്നത് ഒടുവിലവിടെ യാണ്. ഭീതിപ്പെടുത്തുന്നതും, മറക്കാൻ ശ്രമിക്കുന്നതുമായ ഏതൊന്നി നെയാണോ അതിലേക്ക്..."

തെല്ലൊരാലോചനയ്ക്കു ശേഷം അവൾ അയാളുടെ നിറഞ്ഞൊഴു കുന്ന കണ്ണുകളിലേക്കുറ്റുനോക്കിക്കൊണ്ട് പറഞ്ഞു.

"നമുക്കീ നശിച്ച ഓർമ്മകളെ ഇവിടെ നിർത്താം. പകരം നമുക്കെ ന്തെങ്കിലും ചെയ്തുകൊണ്ടിരിക്കാം. ഓർമ്മകളെ പിന്തള്ളി വർത്തമാ നത്തെ ബലപ്പെടുത്തുന്ന എന്തെങ്കിലും പ്രവൃത്തികൾ"

പ്രകാശരഹിതമെങ്കിലും നിശ്ചയദാർഢ്യം സ്ഫുരിക്കുന്ന അവളുടെ മിഴികളിലേക്കു നോക്കിയിരുന്നപ്പോൾ അവൾ ആ പറഞ്ഞതിലും അല്പം കാര്യമുണ്ടെന്ന് അയാൾക്കു തോന്നി. എന്തെങ്കിലും പ്രവൃത്തി ചെയ്യുക. അതിൽനിന്നൊരാനന്ദം കിട്ടുക. ആ ആനന്ദത്തിലൂടെ മറ്റുള്ളതിനെ തിര സ്കരിക്കുക. ഓർമ്മകളെ ഊതിക്കെടുത്താൻ അതു നല്ലതുതന്നെയാണ്. പക്ഷേ, എന്തു പ്രവൃത്തിയാണ് ഇപ്പോൾ കരണീയമായിട്ടുള്ളത്? ഈ നഗരമേതാനത്തിൽ ഒഴിഞ്ഞ കോണിൽ ചോരകൊണ്ട് നനഞ്ഞ ഈ പുൽപ്പരപ്പിൽ, ജീവനും രൂപവുമില്ലാത്ത ഒരുപാട് അനാഥശവങ്ങൾക്കിട യിൽ പാതിമരിച്ച, അവസാന നിശ്വാസത്തിലേക്കെടുത്തുകൊണ്ടിരിക്കുന്ന ഈ അപരിചിതാത്മാക്കൾക്ക് എന്ത് പ്രവൃത്തിയാണ് ചെയ്യുവാനുള്ളത്? അയാൾ അതുതന്നെ ചിന്തിച്ചുകൊണ്ട് കിടന്നു. പരസ്പരം പറഞ്ഞില്ലെ

ങ്കിലും അവളും അതു തന്നെയായിരുന്നു ചിന്തിച്ചിരുന്നതെന്ന് ആ മുഖം കണ്ടാലറിയാം.

അതുകൊണ്ടു തന്നെ കാര്യങ്ങൾ നമ്മുടെ ഇച്ഛയ്ക്കനുസരിച്ചല്ല സംഭവിച്ചത്.

നോക്കൂ... എത്ര പെട്ടെന്നാണ് അവർ ഒരു പ്രതിസന്ധിയെ മറിക ടന്ന് മുന്നോട്ടു പോയതെന്ന്! അപ്പോഴവർ വിശാലമായ നഗരമെതാന ത്തിലെ ഉപേക്ഷിക്കപ്പെട്ട ശവശരീരങ്ങൾക്കിടയിലെ അർദ്ധ ജീവൻ തുടി ക്കുന്ന ക്ഷീണദേഹങ്ങളല്ല. ഓർമ്മകളെല്ലാം തുടച്ചുമാറ്റപ്പെട്ട പൂർവ്വകാല ത്തിന്റെ ഏതോ ജീവിതസന്ധിയിൽനിന്നും ഒരു പുതിയ ജീവിതം മെന ഞ്ഞെടുക്കുന്ന രണ്ട് ബാല്യകാല സുഹൃത്തുക്കൾ മാത്രം.

ഒരു പ്രവൃത്തിയുടെ എല്ലാ ഊർജ്ജവും സിരകളിലാവാഹിച്ച് അയാ ളുടെ നിവർത്തിവച്ച കൈപ്പടത്തിനു മുകളിൽ മുഷ്ടിചുരുട്ടിയിടിച്ചുകൊ ണ്ടവൾ പറയുന്നതു കേട്ടോ?

"അക്കുത്തിക്കുത്താനവരുമ്പം....
കല്ലേക്കുത്ത് കടുംകുത്ത്"

അവളുടെ പ്രഹരത്തിൽ വേദനയെടുത്ത് കൈപ്പടം പിന്നോക്കം വലിച്ച് പിണക്കം ഭാവിച്ചിരിപ്പാണവൻ. അവളവന്റെ കൈയിൽ കടന്നു പിടിച്ച് ശാഠ്യം കൊള്ളുന്നതു കണ്ടോ?

നോക്കൂ... അവനിപ്പോൾ അവളെ ഇക്കിളിയിട്ടു ചിരിപ്പിക്കുകയാണ്. എന്തൊരാനന്ദമാണ് അവരിപ്പോൾ അനുഭവിക്കുന്നത്. അവൾ കാലവർഷം പോലെ നിർത്താതെ ചിരിക്കുകയും അവളവനെ തന്നിലേക്ക് പിടിച്ച് ചിരി യുടെ മഴ നനയുകയും ചെയ്തിരിക്കെ എത്ര പെട്ടെന്നാണവർ വളർന്നു വലുതായത്.

അയാളിപ്പോൾ നഗരത്തിലെ വാടകമുറിയിൽ പതുപതുത്ത മെത്ത യിൽ ഭാര്യയെ പുണർന്നു കിടന്ന് അവളുടെ വീർത്തുവരുന്ന വയറിൽ അരുമയായി ഉമ്മ വയ്ക്കുകയാണ്.

അവളിപ്പോൾ ഒരു താരാട്ടുപാട്ടിന്റെ അവസാനത്തിൽ തൊട്ടിലിലു റുങ്ങുന്ന കുഞ്ഞിനെ വിട്ട് ഭർത്താവിന്റെ സിഗരറ്റ് മണമുള്ള ചുണ്ടുക ളുടെ ബന്ധനം നല്കുന്ന നിർവൃതിയിലേക്ക് വഴുതിപ്പൊയ്ക്കൊണ്ടിരി ക്കുകയുമാണ്.

അതെ; ഒടുവിൽ എല്ലാ ഓർമ്മകളെയും ദുർബ്ബലപ്പെടുത്തുന്ന ഒരു പ്രവൃത്തി, പരമമായ ആനന്ദം സിരകളെ ത്രസിപ്പിക്കുന്ന ഒരു പ്രവൃത്തി, അവർ കണ്ടെത്തിക്കഴിഞ്ഞിരിക്കുന്നു.

അയാളുടെ മുഖമിപ്പോൾ അവളുടെ അടിവയറിൽനിന്നും മേൽപ്പോട്ടും അവളുടെ മാറിടം അയാളുടെ മുഖത്തേക്കും അടുത്തു കൊണ്ടിരിക്കുകയാണ്.

അവളുടെ നിശാവസ്ത്രത്തിന്റെ കുടുക്കുകളൊന്നൊന്നായ് വിടർത്തി. ഒരാർത്തി നിറഞ്ഞ കുഞ്ഞിനെപ്പോലെ അയാളവളുടെ മാറി ലേക്ക് മുഖം പൂഴ്ത്തി. അവൾ ഉറക്കമുണർന്ന കുഞ്ഞിന്റെ വായിലേ

ക്കന്നെപോലെ സാവധാനം മുലഞെട്ടുകൾ അയാളുടെ ചുണ്ടുകൾക്കിട
യിലേക്ക് തിരുകി വച്ചു... അയാൾ മുലഞെട്ടുകളെ നാവുകൊണ്ടുഴിയു
കയും അവളുടെ അടിവയറ്റിന്റെ മിനുപ്പിൽ വെറുതെ വിരലുകളോടിക്കു
കയും ചെയ്തു.

പക്ഷേ, കാര്യങ്ങൾ അങ്ങനെ മുന്നേറാൻ ഇതൊരു കഥ മാത്രമല്ല
ല്ലോ. അതുകൊണ്ട് ഒടുവിൽ സംഭവിച്ചത് ഇപ്രകാരമാണ്.

പെട്ടെന്നൊരു നിലവിളിയോടെ അവളയാളെ തട്ടിമാറ്റി. എന്തിനോ
വേണ്ടി ചുറ്റും പകപ്പോടെ തിരഞ്ഞു. അയാൾ ഒരു സ്വപ്നമൂർച്ഛയിൽ
നിന്നെന്നവണ്ണം കൺമിഴിച്ചു നോക്കി. പിന്നെ... വായിലുള്ള മുലപ്പാലെല്ലാം
വെളിയിലേക്കു ഛർദ്ദിച്ചു.

അവൾ ചുരന്നുപോയ മുലപ്പാലിൽ നനഞ്ഞു കുതിർന്ന മാറിടത്തിൽ
കൈകൾ പിണച്ചുവച്ച് ചോരയും കണ്ണീരും കൂടിക്കുഴഞ്ഞ് ഒരു നനഞ്ഞ
പഴന്തുണിപോലെ ഒന്നു നിലവിളിക്കാൻ പോലുമാകാതെ വെറുതെ കിട
ന്നു. പിന്നെ മനസ്സിൽ കരുതി... അല്ലെങ്കിലും ഈ ഓർമ്മകൾ എന്നും
ഇങ്ങനെ തന്നെയാണ്. മറക്കാൻ ശ്രമിക്കുന്നതെന്തോ അതായിരിക്കും
ആദ്യം ഓർമ്മയിലെത്തിക്കുക. ഓർമ്മിക്കേണ്ടവയാകട്ടെ ഒരിക്കലും
ഓർത്തെന്നും വരില്ല.

ഓർമ്മകളുടെ ഈ വിപരീതാർത്ഥങ്ങളിൽ കുടുങ്ങിപ്പോയ അവർക്കി
ടയിലേക്ക് മൗനം വന്നു നിറഞ്ഞു. നല്ലതൊന്നും ഓർക്കാനും പറയാനുമി
ല്ലാത്ത പ്രവർത്തിക്കാനും അനുഭവിക്കാനുമില്ലാത്ത ഒരു തരം ശൂന്യത.

അവരുടെ കണ്ണുകളിലിപ്പോൾ ഭീതിയുടെ നിഴലാട്ടം പോലുമില്ല. പേടി
പ്പെടുത്തിയിരുന്ന എല്ലാറ്റിനെയും അതിജീവിച്ച ഒരുതരം ശാന്തത. താണു
പറന്നെത്തിയ കഴുകന്മാരുടെ വന്യമായ ചിറകടി ഒച്ചയ്ക്കുപോലും അവരെ
ഭയപ്പെടുത്താനാവുന്നില്ല.

ഇപ്പോൾ, ഈ നിശ്ശബ്ദതയ്ക്ക് ആര് അറുതി വരുത്തുമെന്നും,
ആരാദ്യം സംസാരിച്ചു തുടങ്ങുമെന്നുള്ള ചിന്താക്കുഴപ്പത്തിലാണ് രണ്ടു
പേരും.

ഒടുവിൽ, അവൾ തന്നെയാണ് ആ നിശ്ശബ്ദത ഭഞ്ജിച്ചത്. അവ
ളുടെ മുഖം പെട്ടെന്ന് വികസിക്കുകയും ചുണ്ടിന്റെ കോണിലുദിച്ച ഒരു
നനഞ്ഞ പുഞ്ചിരി ക്രമേണ ചിരിയുടെ തിരമാലകളായ് അവളെ ആകെ
പിടിച്ചുലയ്ക്കുകയും ചെയ്തു.

അയാൾ ഒട്ടൊരമ്പരപ്പോടും അത്ഭുതത്തോടും കൂടി അവളോടു
ചോദിച്ചു.

"എന്താ? എന്താ ചിരിക്കാനുണ്ടായെ? രസകരമായ എന്തെങ്കിലുമാ
ണെങ്കിൽ എന്നോടുകൂടി പറ."

അയാൾ പറഞ്ഞതു ശ്രദ്ധിക്കാതെ അവൾ തന്നോടു തന്നെയെന്ന
വണ്ണം പറഞ്ഞു: "അതെ, ഒന്നോർത്താൽ നിങ്ങൾ പറഞ്ഞതാ ശരി. ഈ
ജീവിതം എന്തൊരു വലിയ തമാശയാ അല്ലേ?" അതും പറഞ്ഞ് അവൾ
പിന്നെയും ചിരിയുടെ തിരമാലകളിൽ ആടിയുലഞ്ഞ് വളർന്നു.

സൂര്യകാന്തിപ്പാടങ്ങൾ

"**അ**യ്യാ, റൊമ്പ നന്റി.."
അയാൾ കാളവണ്ടിയിൽനിന്നും ചാടിയിറങ്ങിക്കൊണ്ടു പറഞ്ഞു.
"ആമാം സേർ, പാർക്കലാം..."
കാളവണ്ടിക്കാരൻ തെല്ലുറക്കച്ചെടവുള്ള കൺപോളകൾ തിരുമ്മി വിടർത്തിക്കൊണ്ട് അയാൾക്കു യാത്ര പറഞ്ഞു. പിന്നെ, കൈയിലിരുന്ന ചാട്ടവാർ അന്തരീക്ഷത്തിൽ ചുഴറ്റി വീശി. കാളകൾ പിടലിയൊന്നു പിന്നോട്ടുവെട്ടിച്ച്, കാലുകൾ നീട്ടിക്കുടഞ്ഞ്, ശരവേഗത്തിൽ മുന്നോട്ടു പാഞ്ഞു. കാളവണ്ടിപോയ ദിക്കിനെതിരെ ഇടത്തോട്ടു തിരിഞ്ഞ് അയാൾ ജങ്ഷനിലേക്ക് നടന്നു.

സൂര്യകാന്തിപ്പാടത്തേക്കുള്ള ആദ്യവണ്ടി പോയിട്ടുണ്ടാവുമോ എന്ന യാൾ ഉള്ളിൽ വേവലാതിപ്പെട്ടുകൊണ്ട് ഷർട്ടിന്റെ കുടുക്കുകളഴിച്ചിട്ടു. അന്തരീക്ഷത്തിൽ നല്ല മഞ്ഞുവീഴ്ചയുണ്ടായിരുന്നിട്ടും ശരീരം അപ്പോഴും വിയർത്തുകൊണ്ടിരുന്നു.

ആദ്യത്തെ വണ്ടി എന്ന പ്രയോഗത്തിൽ അല്പം അപാകതയില്ലേ എന്ന് അയാൾ സ്വയം സംശയിച്ചു. അങ്ങോട്ടേക്കുള്ള ആദ്യത്തെയും അവ സാനത്തെയും വണ്ടിയായ് അയാളുടെ സ്വപ്നത്തിൽ വെളിപ്പെട്ടുവന്നി ട്ടുള്ളത് ഈ ഒരു വണ്ടി മാത്രമായിരുന്നുവല്ലോ എന്ന് സ്വയം തിരുത്തി.

കാളവണ്ടിക്കാരൻ അന്തരീക്ഷത്തിൽ ചുഴറ്റിയെറിയുന്ന ചാട്ടയുടെ ശബ്ദവും, കാളകളുടെ കുളമ്പടി ശബ്ദവും അല്പനേരത്തേക്ക് കൂടി അയാളുടെ ചിന്തകളുടെ ഭ്രമണപഥം തെറ്റിച്ചു. കാളവണ്ടി വലത്തേക്കുള്ള വളവു തിരിഞ്ഞ് കടകട ശബ്ദം വെച്ച് മഞ്ഞിലൂടെ തെന്നിമാറുന്നത് തെല്ലു നേരം അയാൾ നോക്കി നിന്നു. പിന്നെ കാളവണ്ടിച്ചക്രങ്ങൾക്കിടയിൽ ഇളകിയാടുന്ന റാന്തൽ വിളക്കിന്റെ മങ്ങിയ വെട്ടം നേർത്തുനേർത്ത് ഇല്ലാ താവുകയും കാളവണ്ടി കാഴ്ചകൾക്കപ്പുറമാവുകയും ചെയ്തു.

40

ഇപ്പോൾ നിരത്തിൽ അയാൾ തനിച്ചായി. കനത്ത മഞ്ഞ് കാഴ്ച കളെ മറച്ചുകൊണ്ട് കണ്ണിനു വിലങ്ങനെ വന്നു. തണുപ്പ് വിയർപ്പുപൊ ടിഞ്ഞ രോമകൂപങ്ങൾക്കിടയിലേക്ക് സൂചിത്തലപ്പുകൾ കൊണ്ട് കുത്തി നോവിക്കുന്നു. ശരീരത്തിന് നേരിയ തളർച്ച ബാധിച്ചതുപോലെ...

ഇന്നലെ രാത്രി, അയാൾ ഒരുപോള കണ്ണടച്ചിട്ടുണ്ടായിരുന്നില്ല. സൂര്യ കാന്തിപ്പാടങ്ങളെക്കുറിച്ചുള്ള സ്വപ്നങ്ങളാൽ വേട്ടയാടപ്പെട്ട് കിടക്കയിൽ തിരിഞ്ഞും മറിഞ്ഞും കിടന്ന് നേരം വെളുപ്പിക്കുകയായിരുന്നു.

ഇടയ്ക്ക്, ഒന്നും രണ്ടു തവണ ഭാര്യ ഉറക്കമുണർന്ന് അയാളെ ത്തന്നെ തുറിച്ചു നോക്കിയിരുന്നു. ആ നോട്ടത്തിന്റെ അർത്ഥം മനസ്സിലാ യെങ്കിലും അയാളതു കണ്ടില്ലെന്നു നടിച്ചു. ഒടുവിൽ ജ്വരം ബാധിച്ച കുഞ്ഞിന്റെ നെറ്റിയിൽ നനഞ്ഞ പഴന്തുണി ഇട്ടുകൊണ്ട് തെല്ലൊരസ ഹൃതയോടെ അവൾ പറഞ്ഞു.

"കുഞ്ഞിനെ തീ പോണക്ക് പൊള്ളണ്..."

അതിനു മറുപടിയായി അയാളൊന്നു മൂളുക മാത്രം ചെയ്തു.

അയാളുടെ മനസ്സിലപ്പോൾ സൂര്യകാന്തിപ്പാടം മാത്രമായിരുന്നു. അങ്ങോട്ടുള്ള യാത്രയുടെ ദുരിതങ്ങൾ അവിടെ എത്തിപ്പെട്ടാലുള്ള ജീവിത സംതൃപ്തികൾ, അങ്ങനെ പലതും ഓർക്കാനുണ്ടായിരുന്നു. അയാൾക്ക്. എത്രകാലമായി മനസ്സിൽ ഇങ്ങനെയൊരു മോഹം വേരു പടർത്തിയി ട്ടെന്നോ ആരാണ് ഇങ്ങനെയൊരാഗ്രഹം ഉള്ളിൽ നട്ടുവളർത്തിയതെന്നോ അയാൾക്കുമറിയില്ല.

ഏതോ ഒരു നനഞ്ഞ പ്രഭാതത്തിലെ, അർദ്ധമയക്കത്തിന്റെ ആല സ്യതയിൽ ഒരു കാറ്റു വന്നു ചെവിയിൽ മന്ത്രിച്ചതുപോലെ നേരിയൊ രോർമ്മ മാത്രമേ അയാൾക്കുള്ളൂ.

പൂത്തുലഞ്ഞ സൂര്യകാന്തിപ്പൂക്കളുടെ സമൃദ്ധിയിൽ കണ്ണെത്താ ദൂര ത്തോളം പരന്നു കിടക്കുന്ന ഒരു ഭൂപ്രദേശം.

പിന്നീട് പലതവണ അയാളുടെ സ്വപ്നദർശനങ്ങളിൽ ആ ഭൂപ്ര ദേശം വിട്ടുമാറാതെ നിന്നു.

വിടർന്നുമലർന്ന സൂര്യകാന്തിപ്പൂക്കൾ, പടർന്നുപന്തലിച്ച പുളിമര ത്തണലുകൾ, മേഞ്ഞു പോകുന്ന ആട്ടിൻപറ്റങ്ങൾ, ഹരിതകംബളം വിരിച്ച കുന്നുകൾ, ചോളവയലുകൾ, ചിത്രശലഭങ്ങൾ, കുഞ്ഞിച്ചിറകുമുലച്ച മാലാഖമാർ, അങ്ങനെയങ്ങനെ മായക്കാഴ്ചകളൊത്തിരി അയാളെ വേട്ട യാടിപ്പിടിച്ചു.

ഒടുവിലൊടുവിൽ അയാളുടെ ഹൃദയം അസ്വസ്ഥതകൾ കൊണ്ടു നിറയുകയും രസനയിൽ രുചിഭേദങ്ങൾ ദൃശ്യമാവുകയും ചെയ്തു. ആദ്യ മൊക്കെ ഭക്ഷണത്തോടു തോന്നിത്തുടങ്ങിയ വിരക്തി ക്രമേണ ഈ ജീവിതത്തോടു തന്നെയുള്ള നിസ്സംഗതയായി രൂപാന്തരപ്പെടുകയായിരു ന്നു. ഒറ്റയ്ക്കിരിക്കുന്ന ചില നേരങ്ങളിൽ, അല്ലെങ്കിൽ ചുറ്റിത്തിരിഞ്ഞെ ത്തുന്ന ചില കാറ്റിൽ അയാൾ സൂര്യകാന്തിപ്പാടത്തിന്റെ ഗന്ധമറിഞ്ഞു. കിടക്കയിൽ ആ ഗന്ധം അയാളെ ചുഴ്ന്നു നിന്നു. പ്രജ്ഞയിൽ സൂര്യ കാന്തിച്ചെടികൾ പൂത്തുകിടന്നു., ആ സ്വപ്നദർശനങ്ങളുടെ നിലയില്ലാ ക്കയത്തിൽ കിടന്നു കൈകാലിട്ടടിച്ചു പിടഞ്ഞ് അയാൾ ചിരിച്ചു.

"എന്താ... എന്തായിത്...?"

ഉറക്കത്തിലെ അയാളുടെ ചേഷ്ടകള്‍ കണ്ട് അമ്പരന്ന ഭാര്യ കുലുക്കിയുണര്‍ത്തുമ്പോള്‍ ഉറക്കം ഞെട്ടി അയാള്‍ ഒരന്യഗ്രഹജീവിയെ എന്നപോലെ അവളെ തുറിച്ചുനോക്കിയിരുന്നു.

എങ്കിലും അയാള്‍ തന്റെയീ മായക്കാഴ്ചകളെക്കുറിച്ചൊന്നും അവളോടു പറഞ്ഞിരുന്നില്ല. പറഞ്ഞാല്‍ ഉണ്ടാകാവുന്ന പുകിലുകള്‍ നേരത്തെ തന്നെ മനസ്സിലാക്കിയിരുന്നു.

അതുകൊണ്ടുതന്നെ സൂര്യകാന്തിപ്പാടത്തോടുള്ള ആ ഗൂഢപ്രണയം മനസ്സില്‍ തന്നെ ഒതുക്കിപ്പിടിച്ചുകൊണ്ട് ഒരു യാത്രയ്ക്കുള്ള കോപ്പുകൂ ട്ടലുകളില്‍ അയാള്‍ വ്യാപൃതനായി.

എന്നിട്ടും അവള്‍ ഇടയ്ക്കൊക്കെ അയാളുടെ തിരക്കുകളില്‍ ഇട പെട്ടു.

"എന്തോ കണ്ടിട്ടാ, നിങ്ങടെയീ പത്രാസ്. അനിച്ചക്കഞ്ഞിവക്കാന്‍ ഒരു മണി അരീല്ലാ ഇവടെ. അപ്പനെ വൈദ്യര്‍ നോക്കാണ്ടിരുന്നാ ദെണ്ണം കൊറയാനും മറ്റും പോണില്ല. ഞാമ്പറഞ്ഞില്ലാന്നു വേണ്ടാ."

അയാള്‍ക്കും ഇതൊന്നും അറിയാഞ്ഞിട്ടല്ല. പക്ഷേ, ഇതിനെല്ലാം അയാള്‍ക്കു മുന്നില്‍ ഒരേ ഒരു പോംവഴിയേ ഉള്ളൂ. എത്രയും പെട്ടെന്ന് സൂര്യകാന്തിപ്പാടത്തെത്തുക. അതിനപ്പുറമോ ഇപ്പുറമോ ഒരു വഴിയും അയാള്‍ക്കു മുന്നില്‍ തെളിഞ്ഞുവന്നില്ല. അങ്ങനെയൊക്കെയാണ് അയാളീ യാത്രയ്ക്കിറങ്ങിപ്പുറപ്പെട്ടതും, മഞ്ഞു പെയ്യുന്ന ഈ പുലര്‍കാ ലവേളയില്‍ വിയര്‍ത്തുകുളിച്ച് ഈ നിരത്തില്‍ ഒറ്റയ്ക്കു നില്‍ക്കുന്നതും...!

ഓര്‍മ്മകളുടെ പിടി ഒന്നയഞ്ഞപ്പോള്‍, നേര്‍ത്ത മഞ്ഞുപാളികള്‍ക്കി ടവഴി നാലും കൂടിയ മുക്ക് അയാള്‍ക്കു മുന്നില്‍ തെളിഞ്ഞു വന്നു. എല്ലാ ദിക്കില്‍ നിന്നുമുള്ള വഴികള്‍ ആ ഗ്രാമത്തിലേക്കെത്തുകയും പിരിഞ്ഞു പോവുകയും ചെയ്യുന്നതവിടെനിന്നാണ്. പഴകി വീഴാറായ ഒരു ഓല ഷെഡ്ഡും കാട്ടുകമ്പുകള്‍ കെട്ടിവരിഞ്ഞുണ്ടാക്കിയ ഒരിരിപ്പിടവും മാത്ര മാണ് അവിടെ ആകെയുള്ളത്. അയാളുടെ യാത്രകളെല്ലാം ആരംഭിച്ചി ട്ടുള്ളതും അവസാനിപ്പിച്ചതും ഇവിടെയാണ്.

ഈ നാലും കൂടിയ മുക്കില്‍നിന്നും നോക്കിയാല്‍ നേത്രദൂരങ്ങളില്‍ മറ്റു കാഴ്ചകളില്ല. മഞ്ഞിന്റെ കനത്ത ആവരണം മാത്രം. വല്ലപ്പോഴും അടുത്തടുത്തുവരുന്ന ചടപട ശബ്ദത്തിനു പിന്നില്‍ മെലിഞ്ഞ കാളക്കൂട്ട ന്മാരുടെ തീക്കണ്ണുകളും ക്ഷീണിച്ച നടപ്പും വണ്ടിത്തണ്ടില്‍ തളര്‍ന്നുറ ങ്ങുന്ന ഉണങ്ങിയ മനുഷ്യരൂപങ്ങളും മാത്രം. മഞ്ഞുകാലമായാല്‍പ്പിന്നെ നിറയെ ഓല കയറ്റിപ്പോവുന്ന കാളവണ്ടികളാണ് നിരത്തിലധികവും. ചക്രങ്ങള്‍ക്കിടയില്‍ മങ്ങിക്കത്തുന്ന റാന്തല്‍ വിളക്കിന്റെ വെളിച്ചത്തില്‍ ഗ്രാമവഴികള്‍ പിന്നിട്ടു പോവുന്ന ഓലവണ്ടികള്‍ കാണാന്‍ അയാള്‍ ഉറ ക്കമിളച്ചു കാത്തിരുന്നിട്ടുണ്ട്.

മഞ്ഞുകാലം തീരാറായാല്‍ ഈ കാഴ്ചകള്‍ പതിവാണ്. ചെകിടട പ്പിക്കുന്ന ഈ കോടമഞ്ഞിനും ചുട്ടുപൊള്ളുന്ന ഒരു തീക്കാറ്റിനും ശേഷം മഴ ഉറപ്പാണെന്ന് എല്ലാവര്‍ക്കും അറിയാം. ഇപ്രാവശ്യം അതിത്തിരി

നേരത്തെ ആകാനാണ് സാദ്ധ്യത. ആകാശത്ത് കാർമേഘങ്ങളുടെ ഘോഷയാത്ര തുടങ്ങിക്കഴിഞ്ഞിരിക്കുന്നു. അല്ലെങ്കിൽത്തന്നെ കാലാവസ്ഥകളൊക്കെ തലതിരിഞ്ഞു തുടങ്ങിയിട്ടുകാലമെത്രയായി...!

മഴയെക്കുറിച്ചുള്ള ഓർമ്മകൾ വീണ്ടും അയാളെ തന്റെ സ്വകാര്യ തകളിലേക്കു കൂട്ടിക്കൊണ്ടുപോയി.

വീട് ഇതുവരെ മേഞ്ഞിട്ടില്ലെന്ന കാര്യം പെട്ടെന്ന് അയാൾക്കോർമ്മ വന്നു. ഒരു മഴ തിമിർത്താൽ മതി മുഴുവൻ ചോർന്നൊലിക്കാൻ. പുരമേയാൻ അവൾ രണ്ടു തവണ ഓല മെടഞ്ഞു കൂട്ടിയതാണ്. അയലത്തെ തെങ്ങിൻ തോപ്പുകളിൽ നിന്നുണങ്ങി വീഴുന്ന ഓലമടലുകൾ വലിച്ചു കൂട്ടി. മലഞ്ചെരുവിലെ അരുവിയിലിട്ടുകുതിർത്ത് അവൾ മെടഞ്ഞുണ്ടാക്കുന്ന ഓലകൾക്ക് ഒരുപ്രത്യേക ചന്തം തന്നെയുണ്ടായിരുന്നു അവളെപ്പോലെ.

പക്ഷേ, രണ്ടുതവണയും പുരമേയാൻ കഴിഞ്ഞില്ല. ഒരിക്കൽ കുഞ്ഞിന് അഴുക്കു പനിവന്നപ്പോൾ മാഹാലിപ്പാറയിൽ കോഴിക്കുരുതി നടത്താനും, പിന്നൊരിക്കൽ അപ്പന് ദെണ്ണം കൂടുതലായപ്പോൾ വൈദ്യനെ വരുത്താനും അയാൾക്കത് പിടിയാ വിലയ്ക്ക് വിൽക്കേണ്ടിവന്നു. എന്നിട്ടും അവളതിൽ പരിഭവമൊന്നും കാണിച്ചില്ല. പകരം ഇത്രമാത്രം പറഞ്ഞു.

"ഇവിടെ താമസിക്കാൻ കൊള്ളത്തില്ല. വരത്ത് പോക്കുള്ള എടമാ... പക്ഷി പീഡേം ബാധോപദ്രവോം കാരണാ തെന്ണോം ദീനോം മാറാത്തെ... നമുക്ക് മറ്റെവ്ടെങ്കിലും പോകാം.."

അയാൾക്കും അവൾടഭിപ്രായത്തോടു യോജിപ്പായിരുന്നു. പക്ഷേ, എങ്ങോട്ടു പോകാൻ? അയാൾക്കറിയാവുന്നേടത്തോളം ഏതുവഴികളിലൂടെ യാത്ര തിരിച്ചാലും ഒടുവിലെത്തിച്ചേരുന്നത് ആ മലഞ്ചെരുവിൽത്തന്നെയായിരുന്നു. പിന്നെ മറ്റെവിടെയാണ് പോകുക? ഒരുപാട് പഴക്കം ചെന്ന തലമുറകളുടെ തായ്‌വേരുകൾ ആണ്ടിറങ്ങിയ ഈ തരിശു ഭൂമി യല്ലാതെ ഭൂപടത്തിൽ മറ്റെവിടെയാണ് ഒരു പിടി മണ്ണ് സ്വന്തമായിട്ടുള്ളത്? ഇക്കണ്ട ഭൂമിയൊക്കെ മറ്റാരുടെയൊക്കെയോ ആണ്? യഥാർത്ഥത്തിൽ ആരാണ് ഇതിന്റെ അവകാശികൾ..?

അത്തരം ചില ആകുലചിന്തകളിൽ വെന്തുരുകുമ്പോഴാണ് ഒരു വെളിപാട് പോലെ ഒരുദിവസം സൂര്യകാന്തിപ്പാടങ്ങൾ അയാളുടെ ഉറക്കത്തിൽ പ്രത്യക്ഷപ്പെട്ടത്.

ആദ്യത്തെ ആവേശത്തിമിർപ്പിൽ അവളെ ഉറക്കത്തിൽനിന്നും വിളിച്ചുണർത്തിയാണയാളതു പറഞ്ഞത്. പക്ഷേ, പ്രതീക്ഷകൾക്കു വിപരീതമായി അവളയാളോടു ക്ഷോഭിക്കുകയാണുണ്ടായത്.

"നിങ്ങക്ക് തലയ്ക്ക് കേടുണ്ടോ മനുഷ്യനേ... കിടന്നുറങ്ങാന്നൊക്ക് നട്ടപ്പാതിരയ്ക്കാ.... ഓരോരോ... ഞാൻ വിചാരിച്ചു...?"

അവളത്രയും പറഞ്ഞ് അർദ്ധോക്തിയിൽ നിർത്തി. ബ്ലൗസിന്റെ കുടുക്കുകളിട്ട് അപ്പുറത്തേക്കു ചരിഞ്ഞുകിടന്ന് കുഞ്ഞിനെ നെഞ്ചോടു ചേർത്തു പിടിച്ചു. എന്നിട്ടും അരിശം തീർക്കാനെന്നവണ്ണം പിന്നെയും പിറുപിറുത്തു.

"നിങ്ങക്ക് ക്നാവും കണ്ടോണ്ടിരുന്നാമതി. എനക്ക് രാവിലെ കാട്ടിപ്പോവേണ്ടതാ..."

അയാൾക്കവളുടെ അപ്പോഴത്തെ പെരുമാറ്റത്തിൽ അല്പം ഈർഷ്യ തോന്നാതിരുന്നില്ല. എങ്കിലും, അവൾ പറഞ്ഞതിലും കാര്യമുണ്ടായിരു ന്നതിനാൽ മറുത്തൊന്നും പറയാൻ കഴിയില്ല.

ശരിയാണ്, അവൾ കാട്ടിൽ പോയിട്ടാണ് കാര്യങ്ങൾ ഇങ്ങനെ യൊക്കെയെങ്കിലും നടക്കുന്നത്. കാട്ടിൽ അവൾ തനിച്ചാണ് പോവാറ്. അത് അപകടകരമാണെന്നയാൾക്കറിയാഞ്ഞല്ല. മറ്റു മാർഗ്ഗങ്ങളില്ലാഞ്ഞി ട്ടാണ്. പലപ്പോഴും അയാൾ കൂടെ ചെല്ലാമെന്നു പറഞ്ഞിട്ടുണ്ടെങ്കിലും കുഞ്ഞിന്റെയും അപ്പന്റെയും കാര്യം പറഞ്ഞ് അവളതൊക്കെ നിരസി ക്കുമായിരുന്നു.

കാട്ടിൽനിന്നുള്ള അവളുടെ മടങ്ങിവരവിന്റെ നീളം കൂടുമ്പോഴൊക്കെ അയാൾ ഉൽക്കണ്ഠാകുലനായി കാത്തിരിക്കും. പിന്നെ, കിടക്കയിൽ കാട്ടു മുള്ളുകൊണ്ടും പോതപ്പുല്ലുവരഞ്ഞും കീറിത്തിണർത്ത ശരീരഭാഗങ്ങൾ കാട്ടി അവൾ സങ്കടം കൊള്ളും.

"ഞാനെന്തോരം പാടുപെട്ടീട്ടാന്നറിയാമോ...?"

അതു കേൾക്കുമ്പോൾ അയാൾക്കും കരച്ചിൽ വരും. മെല്ലെ ആ മുറിവുകളിൽ തലോടിയും ഉമ്മവച്ചും, ഉറക്കം വരും വരെ അയാളവൾക്കു കൂട്ടിരിക്കും പിന്നെപ്പിന്നെ ഉറക്കമില്ലായ്മയുടെ രാത്രി ദൂരങ്ങളിൽ അയാ ളുടെ മനസ്സ് ഒരു പരിഹാരം തേടി അലയും. അത്തരമൊരമ്പരപ്പിനൊടു വിലാണ് സൂര്യകാന്തിപ്പാടത്തെക്കുറിച്ചുള്ള സ്വപ്നങ്ങളാൽ പൊള്ളിപ്പ നിച്ചതും അയാൾ ഒരു യാത്രയ്ക്കുള്ള ഒരുക്കങ്ങളാരംഭിച്ചതും.

എല്ലാം തീർച്ചപ്പെടുത്തി, യാത്രയുടെ വിശദാംശങ്ങളും ശേഖരിച്ച തിനു ശേഷം മാത്രമാണ് അവളോടു കാര്യം തുറന്നു പറഞ്ഞത്. ആദ്യ മൊക്കെ ഒരു ചെറിയ കരച്ചിലും മൂക്കുപിഴിച്ചിലുമൊക്കെ ഉണ്ടായെങ്കിലും പിന്നെപ്പിന്നെ അവളുടെ ഉത്സാഹവും ഏറിവന്നു.

അടുത്തുള്ള പറമ്പുകളിൽ പൊഴിഞ്ഞു വീഴുന്ന ഉണങ്ങിയ തേങ്ങ കൾ കട്ടെടുത്ത് ചമ്മന്തിപ്പൊടിയുണ്ടാക്കി, കൊണ്ടുപോകുവാൻ പാക ത്തിൽ ടിന്നുകളിലാക്കി വച്ചു. കുപ്പായത്തിന്റെ കീറിപ്പോയ ഭാഗങ്ങൾ തുന്നിച്ചേർത്തു. മുണ്ട് അലക്കി നീലം പിഴിഞ്ഞുവച്ചു. അങ്ങനെയൊക്കെ അയാളുടെ യാത്രകളെ അവളും ചെറുതായി പ്രോത്സാഹിപ്പിച്ചുകൊണ്ടി രുന്നു.

എങ്കിലും, ഒരു മുൻകരുതലെന്നവണ്ണം യാത്ര പുറപ്പെടുന്ന തീയ തിയും സമയവും കൃത്യമായി അവളോടു പറഞ്ഞിരുന്നില്ല. വെറുതെ ഒരു കരച്ചിലും പിഴിച്ചിലും കൊണ്ട് യാത്ര അലങ്കോലമാക്കണ്ട എന്നോ അവസാന നിമിഷത്തിലുണ്ടാകാവുന്ന ഒരു മനം മാറ്റംകൊണ്ട് യാത്ര തടസ്സപ്പെടേണ്ട എന്നോ ഉള്ള വിചാരമായിരുന്നു ഈ മുൻകരുതലിനു പിന്നിൽ.

എല്ലാ മുൻകരുതലുകളും ഭദ്രമാണെന്ന് ഉറപ്പാക്കിയ ശേഷമാണ് അത്താഴം കഴിച്ച് അന്നും പതിവുപോലെ അയാൾ ഉറങ്ങാൻ കിടന്നത്.

ഒരുപാടുകാലം കൂടി അവളെ ഒന്നു പ്രാപിക്കണം എന്ന ചിന്ത അയാ ളിൽ കലശലായി. അതിനായി കുഞ്ഞിനോടു ചേർന്നു കിടന്നിരുന്ന അവളെ തന്നിലേക്ക് വലിച്ചടുപ്പിക്കുകയും കുടുക്കിടാത്ത ജമ്പറിനു ള്ളിൽനിന്നും മുലകൾ പുറത്തെടുത്ത് മുലഞെട്ടുകളിൽ ചെറുതായ് ഒന്നു കടിക്കുകയും ചെയ്തു.

അപ്പോഴേക്കും അവൾ ഞെട്ടിയുണർന്ന് തെല്ലൊരു നീരസവും ക്ഷീണവും കൂടിക്കുഴഞ്ഞ ശബ്ദത്തിൽ പറഞ്ഞു. "ഇന്നുവേണ്ട, വല്ലാത്ത ക്ഷീണം..! ഇന്ന് ഒരുപാട് കാട്ടിനുള്ളിലോട്ടു പോകേണ്ടിവന്നു. ദേഹം അപ്പടി മുറിഞ്ഞിരിക്ക്യാ...!"

അപ്പോഴാണ് അയാളും അത് ശ്രദ്ധിച്ചത്. മുലക്കണ്ണുകൾക്കു ചുറ്റും കാട്ടുപോത വരഞ്ഞ പാടുകൾ അടിവയറ്റിലും തുടകളിലും മുൾക്കാടു കൾ ചുറ്റിപ്പിണഞ്ഞ തിണർത്ത രേഖകൾ.

"സാരമില്ല, സൂര്യകാന്തിപ്പാടത്ത് പോയ് വരുമ്പോൾ എല്ലാം മാറും. ഈ കഷ്ടപ്പാടും ദുരിതോം.. എല്ലാം."

അയാൾക്കങ്ങനെ അവളോടു പറയണം എന്നുണ്ടായിരുന്നു. പക്ഷേ, അപ്പോഴേക്കും അവൾ കുഞ്ഞിനോടു ചേർന്നുകിടന്ന് ഉറക്കത്തിലേക്ക് വഴുതിപ്പോയിരുന്നു.

കുറച്ചു സമയം കൂടി അയാൾ വെറുതെ ഇരുന്നു. പിന്നെ, സാവ ധാനം അപ്പൻകിടക്കുന്ന മുറിക്കു മുന്നിലെത്തി. നീരുവന്നു വീർത്ത കാലു കൾ ഭിത്തിയിലേക്കുയർത്തിച്ചാരി മുകളിലേക്ക് തുറിച്ചുനോക്കി കിടക്കു കയാണപ്പൻ. അയാൾ കടന്നുചെന്നത് അറിഞ്ഞിട്ടേയില്ല. ഒരുപക്ഷേ, ഭൂത കാലങ്ങളുടെ മഴയിരമ്പങ്ങൾക്ക് കാതോർക്കുകയാവാം. അയാൾ ശല്യ പ്പെടുത്തിയില്ല. നെഞ്ച് കൂട് ഉയർത്തിവലിക്കുന്ന നിശ്വാസത്തിലെ കഫ ക്കെട്ടിന്റെ തടയണകൾക്കൊപ്പം വാതിൽ മെല്ലെ ചാരി അയാൾ തിരിച്ചു നടന്നു.

അവളിപ്പോൾ പായിൽനിന്നും തെന്നിമാറി വെറും തറയിൽ മലർന്നു കിടക്കുകയാണ്. ആ മുഖം ചിലപ്പോഴൊക്കെ വേദനകൊണ്ട് വക്രിക്കു കയും മറ്റു ചിലപ്പോൾ സന്തോഷം കൊണ്ട് വിടരുകയും ചെയ്യുന്നുണ്ട്. പകലത്തെ കാടകക്കാഴ്ചകളുടെ സ്വപ്നമൂർച്ഛയിലായിരിക്കണം അവ ളിപ്പോൾ. ആ സ്വപ്നത്തിൽ നിന്നുണരാൻ ഇനിയും സമയം പിടിക്കും. അത്രയും നന്ന് എന്നയാൾ മനസ്സിൽ കരുതി. പിന്നെ ഒട്ടും വൈകിച്ചില്ല.

ഭിത്തിയോടു ചേർന്നു കിടന്നിരുന്ന കുഞ്ഞിനെ അവൾക്കരികിലേക്ക് നീക്കി കിടത്തുകയും, ഉറക്കത്തിൽ സ്ഥാനം തെറ്റിപ്പോയ അവളുടെ ഉടു മുണ്ട് നേരെയിട്ട് നഗ്നത മറയ്ക്കുകയും ചെയ്തശേഷം, അയാൾ തന്റെ യാത്രയ്ക്കുള്ള ഭാണ്ഡക്കെട്ടുമെടുത്ത് മെല്ലെ പുറത്തേക്കിറങ്ങി. അപ്പോഴേക്കും അയാളുടെ രോമകൂപങ്ങളിൽ വിയർപ്പ് പൊടിയാൻ തുട ങ്ങിയിരുന്നു.

പിന്നെ, ഓടിയും കിതച്ചും കാളവണ്ടിയുടെ പള്ളയ്ക്കിരുന്നു കുലു ങ്ങിയും ഓർമ്മകൾക്കൊപ്പം സഞ്ചരിച്ച് അയാൾ നാലും കൂടിയ മുക്കി ലെത്തുകയായിരുന്നു.

യാത്രയുടെ ക്ഷീണം തീർക്കാൻ ഓലഷെഡ്ഡിനുള്ളിലെ മരപ്പലക യിലേക്ക് കയറിയിരുന്നു. കണ്ണിനു മുന്നിലെ മഞ്ഞുപാളികൾ നേർത്തു നേർത്തു വന്നപ്പോൾ അവിടെ തന്നെക്കൂടാതെ മറ്റൊരാൾകൂടിയുണ്ടെന്ന് അയാളറിഞ്ഞു. അതും ഒരു സ്ത്രീരൂപം.

അവൾ, അയാളുടെ സാന്നിദ്ധ്യം പോലും അവഗണിച്ചുകൊണ്ട് കണ്ണുകളിലെ ഉറക്കം കുടഞ്ഞു കളഞ്ഞ് മരപ്പലകയിൽ എഴുന്നേറ്റിരി ക്കുകയും, അഴിഞ്ഞുലഞ്ഞ മുടിക്കെട്ട് പിന്നിക്കെട്ടുകയും ചെയ്തു. അയാൾ അവളുടെ പ്രവൃത്തികളിലേക്കു തന്നെ ശ്രദ്ധിച്ചിരുന്നു. അവ ളുടെ കൈയിലെ ചെറിയ പൊതിക്കെട്ടിൽ, ചീപ്പ്, കണ്ണാടി, പൗഡർ തുട ങ്ങിയ സാധനങ്ങളൊക്കെയുണ്ടായിരുന്നു. ആ പൊതിയഴിച്ചപ്പോൾ ഉയർന്ന വിലകുറഞ്ഞ സുഗന്ധദ്രവ്യത്തിന്റെ രൂക്ഷഗന്ധം അന്തരീക്ഷ ത്തിൽ നിറഞ്ഞു. അവൾ തോളിൽനിന്നും സാരിത്തുമ്പെടുത്ത് മാറിടം അനാവൃതമാക്കിക്കൊണ്ട് ഞൊറിവുകൾ ശരിയാക്കി. പാതിയും നഗ്ന മായ ആ മാറിടവും അടിവയറും അവിടെ തെളിഞ്ഞു കണ്ട പാടുകളും അയാളിൽ ഭാര്യയുടെ ഓർമ്മകളുണർത്തി. അയാൾ വെറുതെ അവളെ നോക്കി നെടുവീർപ്പിട്ടു.

ആദ്യരാത്രി കഴിഞ്ഞ നവോഢയുടെ നാണം മിഴികളിൽ കലർത്തി അവളും ഒന്നു പുഞ്ചിരിച്ചു.

"എങ്ങോട്ടാ...?" അയാൾ ചോദിച്ചു.

അവൾ അതിനു മറുപടി പറയാതെ പുക്കിളിനു താഴേക്ക് സാരി കുറേക്കൂടി ഇറുക്കിയുടുത്തുകൊണ്ട് തിരിച്ചു ചോദിച്ചു.

"നിങ്ങളെങ്ങോട്ടാ...?"

അയാൾ സ്വന്തം ചോദ്യത്തിലെ മണ്ടത്തരമോർത്ത് ഉള്ളിൽ സ്വയം ശകാരിച്ചുകൊണ്ട് സംശയിച്ചു. ഇനി ഇവളും ഒരുപക്ഷേ, സൂര്യകാന്തി പ്പാടത്തേക്കു തന്നെയാണോ...? പിന്നെ സ്വയം ആശ്വസിച്ചു. ഇല്ല; ആയി രിക്കാനിടയില്ല. സൂര്യകാന്തിപ്പാടത്തെക്കുറിച്ചു ഭൂമിയിൽ അറിവു കിട്ടുന്ന ആദ്യത്തെ മനുഷ്യൻ ഞാൻ മാത്രമാണല്ലോ?

അത്തരമൊരാശ്വാസത്തിൽ മുറുകെ പിടിച്ചുകൊണ്ട് അയാൾ ആശ ങ്കപ്പെട്ടു.

"ആദ്യത്തെ വണ്ടി പോയോ എന്തോ...?"

"ആദ്യത്തെ എന്നല്ല, ഒരു വണ്ടിയും ഇതുവരെ ഇതുവഴി വന്നിട്ടി ല്ല."

അയാളുടെ ആശങ്കപ്പെടലിൽ അവളും പങ്കുചേർന്നു.

ശരിയാണ്, പത്രവണ്ടികൾ, പാൽവണ്ടികൾ, പൂക്കാരികൾ പണി ക്കാരുമടക്കം എന്തോരം വണ്ടികളും ആൾക്കാരും ഇതിനകം ഈ നാലും കൂടിയ മുക്കുവഴി കടന്നുപോകേണ്ടതാ. ഇന്നു മാത്രം ഇതുവരെ...!

പൊടുന്നനവെ അയാളുടെ ഓർമ്മകളെ മറച്ചുകൊണ്ട് സൂര്യകാന്തി പ്പൂക്കളുടെ സൗരഭ്യം ഹൃദയത്തിൽ വന്നു നിറഞ്ഞു. സൂര്യകാന്തിപ്പാ ടത്തെ വർണ്ണഗന്ധങ്ങൾ അയാളുടെ തലച്ചോറിനെ മയക്കി. ഭൂതവർത്ത മാനങ്ങൾ നഷ്ടപ്പെട്ട്, ശൂന്യാകാശത്തിൽ ഒഴുകി നടക്കുംപോലെ ഒരു

ഭാരമില്ലായ്മയിൽ അയാൾ തളർന്നു. ദൂരെ എങ്ങുനിന്നോ ഒരു ചെറിയ മഴച്ചാറ്റൽ പോലെ ഒരിരമ്പം അയാളുടെ കാതുകളിൽ വന്നുവീണു. അതി നൊപ്പം നേരെ എതിർദിശയിൽ പൊട്ടുപോലെ ഒരു തീക്കണ്ണും.

കാണക്കാണെ മഴയിരമ്പവും തീക്കണ്ണും വളർന്നുവളർന്ന് അതൊ രഗ്നിഗോളവും കൊടുങ്കാറ്റുമായി രൂപാന്തരപ്പെട്ടു. പിന്നെ കണ്ണുചിമ്മുന്ന മാത്രയിൽ അത് ആർത്തലച്ചെത്തി അവർക്കരികിൽ നിന്നു. പൊടുന്ന നവെ ആരോ വലിച്ചെടുക്കും പോലെ അവരതിനുള്ളിലായി.

ഒന്നുലഞ്ഞ് കുലുങ്ങി, സാവധാനം തെന്നിതെന്നി ഒടുവിലൊരു കൊടുങ്കാറ്റുപോലെ അതവരെയും വഹിച്ചുകൊണ്ട് മുന്നോട്ടുപോയി.

ആദ്യത്തെ അമ്പരപ്പ് ഒട്ടൊന്നൊഴിഞ്ഞപ്പോൾ, അയാൾ ചുറ്റും നോക്കി. ഓർമ്മയിലെങ്ങോ കണ്ടുമറന്ന ഒരു പട്ടാളട്രക്കിന്റെ രൂപമായി രുന്നു വണ്ടിക്ക്. അകം നിറച്ച് സായുധരായ പട്ടാളക്കാർ. എന്താണു സംഭ വിക്കുന്നതെന്ന് അയാൾക്കു തിരിച്ചറിയാനായില്ല. എങ്ങോട്ടാണീ യാത്ര എന്നയാൾക്കു ചോദിക്കണമെന്നുണ്ടായിരുന്നു.

പക്ഷേ, നെഞ്ചിനു നേരം ചൂണ്ടിപ്പിടിച്ച ബയണറ്റും പ്രാപ്പിടിയന്റെ നോട്ടവും അയാളെ അതിൽനിന്നും പിന്തിരിപ്പിച്ചു.

തന്റെ നേരെ എതിർ ദിശയിൽ അവളിരിപ്പുണ്ട്. പക്ഷേ, അവളുടെ മുഖത്തെ ഭാവം എന്താണെന്നു തിരിച്ചറിയാനാവുന്നില്ല. അയാൾ സാവ ധാനം തലയുയർത്തി വലക്കണ്ണികൾക്കിടവഴി പുറത്തേക്കു നോക്കി. പുറത്ത് നിരത്തിലൊക്കെയും തലങ്ങും വിലങ്ങും പാഞ്ഞു പോവുന്ന പട്ടാള വണ്ടികൾ മാത്രം.

പെട്ടെന്ന് അയാളുടെ മുഖമടച്ച് ഒരു കനത്ത ബൂട്ട് വന്നു വീണു. അയാൾ വണ്ടിക്കുള്ളിലേക്ക് മൂക്കുകുത്തി.

പിന്നെ ബോധം തിരിച്ചുകിട്ടുമ്പോൾ തിരയൊടുങ്ങിയ കടൽപോലെ പരിസരം ശാന്തമായിരന്നു. അതുവരെ വന്യമായ മുരൾച്ചയുമായി ചുര മാന്തിയിരുന്ന പട്ടാളക്കാരെല്ലാം ഒരു രതിമൂർച്ഛയുടെ ആലസ്യത്തിലെ ന്നവണ്ണം തളർന്നുറങ്ങുന്നു. അവരുടെ കാൽച്ചുവട്ടിലായി പാതി താഴ്ത്തി ക്കെട്ടിയ പതാക പോലെ, നഗ്നമായി അവളും.

അയാൾ കൈമുട്ടുകൾ നിലത്തുകുത്തി സാവധാനം മുകളിലേക്കു യർന്നു. പൊട്ടിയ വലക്കണ്ണികൾക്കിടവഴി പുറത്തേക്കു നോക്കി. കണ്ണിനു മുന്നിലൂടെ അതിവേഗം പിന്നോട്ടു പായുന്ന പുറംകാഴ്ചകൾ... അതിനി ടയിലൂടെ അയാളതു കണ്ടു. അങ്ങു താഴെ വളരെ ദൂരെയായ്, പൂത്തു ലഞ്ഞു കിടക്കുന്ന സൂര്യകാന്തിപ്പാടങ്ങൾ, നോക്കെത്താ ദുരത്തോളം നീണ്ടുപരന്ന്...

ആ കാഴ്ചകൾ അയാളുടെ സിരകളെ വിജ്യംഭിപ്പിച്ചു. അയാളുടെ ശരീരം വലിഞ്ഞു മുറുകി. ഒരു രതിമൂർച്ഛയുടെ പരിസമാപ്തിയിലെന്ന വണ്ണം അയാൾ വിറകൊണ്ടു. പിന്നെ തളർന്നുകുഴഞ്ഞ അയാളും അവൾക്കരികിലേക്ക് വീണു.

വണ്ടിയിപ്പോൾ ഒരു ഹെയർപിൻ വളവിലൂടെ മുകളിലേക്ക് കയറി ക്കൊണ്ടിരിക്കുകയാണ്.

അധിനിവേശം

വെറുതേ കറങ്ങിക്കൊണ്ടിരുന്ന ഫാനും പെട്ടെന്ന് നിശ്ചലമായി. ഉഷ്ണനദി ശരീരത്തിലൂടെ ചാലുകീറി ഒഴുകിത്തുടങ്ങി. കട്ടിലിന്റെ ക്രാസിയിൽ ഉരിഞ്ഞിട്ടിരുന്ന കൈലിയെടുത്ത് മേലാകെ തുടച്ചുകൊണ്ട് അയാൾ അവളെ ശ്രദ്ധിച്ചു. പിറന്നപടി മലർന്നു തന്നെ കിടപ്പാണവൾ. കണ്ണുകൾ മച്ചിൻമുകളിൽ നിലച്ച ഫാനിൽ തറഞ്ഞു നില്ക്കുന്നു. വിര സവും നിർജ്ജീവവുമായ ഒരു സുരതത്തിനൊടുവിൽ ഒന്നും പുതുമയോടെ അവശേഷിക്കുന്നില്ലെന്ന തിരിച്ചറിവാകാം അവളുടെ മുഖത്ത് നിഴലിക്കുന്ന നിർവ്വികാരതയ്ക്കു ഹേതു.

നിലത്തു വിരിച്ച ഷീറ്റിൽ ഒരു വശം ചരിഞ്ഞു കിടന്ന് പച്ചക്കുതിര പ്പെണ്ണ് നല്ല ഉറക്കത്തിലാണിപ്പഴും. കുഞ്ഞിന് ഇനിയെങ്കിലും നല്ല ഒരു പേരു കണ്ടുപിടിക്കണം അയാളോർത്തു. അടുത്ത വർഷം മുതൽ നഴ്സ റിയിൽ വിട്ടു തുടങ്ങണം. അപ്പോഴെന്തായാലും ഈ പേരു പറ്റില്ലെന്നാണ് അവളുടെ വാദം. അപ്പോൾപ്പിന്നെ... അടിവയറ്റിൽ വിശപ്പെന്ന കച്ചിത്തുറു വിനു തീപിടിച്ചു തുടങ്ങിയപ്പോൾ അയാൾ ആലോചന മതിയാക്കി അടു ക്കളയിലേക്കു കയറി. അവിടമാകെ അലങ്കോലപ്പെട്ടു കിടക്കുകയാണ്. വാഷ്ബേസിനിൽ കഴുകാനിട്ട പാത്രങ്ങളിൽ ഈച്ചയാർക്കുന്നു. കഞ്ഞി ക്കലം കമിഴ്ത്തി വച്ചപടി പാതകത്തിൽത്തന്നെയുണ്ട്. അലമാരയ്ക്കു ള്ളിലും ഒന്നും എടുത്തുവച്ചിട്ടില്ല. അച്ചാർ ഭരണിപോലും ശൂന്യമായിരി ക്കുന്നു. സ്റ്റൗവിനു മുകളിൽ ഒരു ചെറിയ പാത്രത്തിൽ മാത്രം എന്തോ ഭദ്രമായി അടച്ചുവച്ചിട്ടുണ്ട്. അതിനു മുകളിലിരുന്ന ചിരവയെടുത്ത് താഴത്തു വച്ചുകൊണ്ട് അയാൾ അടപ്പു തുറന്നു.

"പപ്പായ പുഴുങ്ങീതാ... കുഞ്ഞിന് കൊടുക്കാംന്ന് കരുതി."

തൊട്ടുപിന്നിൽനിന്നും അവളുടെ ശബ്ദം, ശരീരം പോലെ തന്നെ

മനസ്സും തളർന്നു. ഒന്നും ചോദിക്കാനും പറയാനുമില്ലാതെ, അവളുടെ നോട്ടത്തിൽനിന്നും രക്ഷപ്പെടാനായി അയാൾ അടുക്കളവരാന്തയിലേക്കി റങ്ങി.

സാധനങ്ങൾ തീർന്നെന്നു പറയാൻ തുടങ്ങിയിട്ട് ദിവസം രണ്ടു മൂന്നായി. അവളുടെ പിടിയരിയിലും കരുതലിലും വിശ്വസിച്ചു കഴിയുക യായിരുന്നു ഇതുവരെ... പക്ഷേ!

"ഹലോ ബ്രദർ"

അരമതിലിനപ്പുറത്തെ "ഹിരോഷിമ"യിൽ നിന്നും കേണലിന്റെ ശബ്ദ മാണിത്. രണ്ടാം ലോക മഹായുദ്ധകാലത്ത് പട്ടാളത്തിൽ സേവനമനു ഷ്ഠിച്ചിട്ടുണ്ടെന്നാണ് കേണലിന്റെ അവകാശവാദം. ഭാര്യ നേരത്തെ മരി ച്ചു. ഒരു മകനുള്ളത് ബ്രിട്ടീഷ് ഗവൺമെന്റിൽ ഉന്നതോദ്യോഗസ്ഥൻ. മക ളാണെങ്കിൽ അമേരിക്കയിലും. ഹിരോഷിമയിൽ ഇപ്പോൾ കേണലിനു കൂട്ട് ആൾ വലിപ്പമുള്ള ഒരൾസേഷൻ മാത്രം. അയാൾക്കും ഹിരോഷിമയ്ക്കു മിടയിൽ ഒരിഷ്ടികപ്പാടു ദൂരം മാത്രമേ ഉള്ളൂവെങ്കിലും എന്തുകൊണ്ടോ കേണലിനോടു കൂട്ടുകൂടാൻ അയാൾക്കിഷ്ടം തോന്നിയിരുന്നില്ല.

"എന്താ ബ്രദർ യുദ്ധം ഉണ്ടാക്കാനാണ് സാദ്ധ്യത അല്ലേ...?" അയാ ളുടെ പ്രതികരണം പ്രതീക്ഷിച്ച് കേണൽ അരമതിലിനടുത്തേക്കു വന്നു.

"യുദ്ധം അനിവാര്യമാണെന്നു തന്നെയാണ് എന്റെ പക്ഷം. ഇറ്റ് വിൽ ചെയ്ഞ്ച് ദ വേൾഡ്. യുദ്ധമുണ്ടായാലേ ലോകത്തിനൊരു മാറ്റമുണ്ടാവൂ. എന്താ ബ്രദർ ശരിയല്ലേ...?"

എപ്പോഴും അടുക്കളവാതില്ക്കലേക്ക് നോക്കിയുള്ള കേണലിന്റെ നില്പും നടപ്പും അയാൾക്കത്ര ഇഷ്ടമല്ലെങ്കിലും ഇപ്പോൾ കേണലിനെ നോക്കി ഒന്നു ചിരിക്കാനാണയാൾക്കു തോന്നിയത്.

"എന്താ, താങ്കൾക്കിന്നവധിയാണോ? എന്നാ നമുക്കൊന്നിരുന്നാലോ? ഞാനാണെങ്കിൽ ഒരു കമ്പനിയില്ലാതെ ബോറടിക്കുക..."

ശൂന്യമായ മനസ്സുകൊണ്ട് വീണ്ടും വെറുതെ ഒന്നു ചിരിച്ചതല്ലാതെ അയാൾ മറുപടി ഒന്നും പറഞ്ഞില്ല. കേണൽ പെട്ടെന്നു തന്നെ അക ത്തേക്കു പോയി. അയാൾ അടുക്കളമുറ്റം ചുറ്റി മുൻവശത്തേക്കെത്തും മുൻപുതന്നെ കേണലിന്റെ ശബ്ദം വരാന്തയിൽ മുഴങ്ങി.

"ഇനീപ്പോ. മൂന്നു മണിക്കേ ന്യൂസുള്ളൂ... അതുവരെ നമുക്കൊന്നി രിക്കാം." അത്രയും പറഞ്ഞുകൊണ്ട് ഒരു കാറ്റുപോലെ കേണൽ അക ത്തേക്കു കടക്കുകയും ജോണിവാക്കറും ഒരു കെട്ടു ചീട്ടും മേശപ്പുറ ത്തേക്കിട്ടുകൊണ്ട് കസേരയിലേക്ക് വീഴുകയും ചെയ്തു.

"അല്ല, നമ്മൾ എത്രകാലമായി ബ്രദർ പരിചയപ്പെട്ടിട്ട്... പക്ഷേ, ഇതു വരെ ഒന്നുകൂടാൻ കഴിഞ്ഞില്ലല്ലോ...? ഇന്നിതാ അതിനൊരവസരം കൈവ ന്നിരിക്കുന്നു. അതും മനോഹരമായ ഒരു യുദ്ധഭീഷണിയുടെ പശ്ചാത്ത ലത്തിൽ...!!"

അത്രയിൽ നിർത്തി, കസേരയിൽ മുൻപോട്ടൊന്നാഞ്ഞിരുന്ന് ജോണി വാക്കർ കൈയിലെടുത്തു.

"എന്താ? നല്ലൊന്നാന്തരം വിസ്കിയാ! മോള് അമേരിക്കേന്ന് കൊണ്ടു വന്നതാ. ഒരു പെഗ്ഗാവാം അല്ലേ..? ഫോര് ദി ഹെല്ത്ത് ഓഫ് ബുഷ്... ഹ... ഹ... ഹ..."

ആഗ്രഹിച്ചതെന്തോ സംഭവിച്ചതിലുള്ള ആഹ്ലാദത്തോടുകൂടി ചിരിച്ചുകൊണ്ടു തന്നെ അയാള് അടുക്കളയിലേക്കു കയറി. ഒരു പാത്രം തണുത്ത വെള്ളവും രണ്ടു ഗ്ലാസുമായി അയാള് തിരിച്ചെത്തുമ്പോള് കേണല് ചീട്ടുകള് തിരയുന്ന തിരക്കിലായിരുന്നു. അയാള് കേണലിനെ തിര്വശത്തായി ഒരു കസേര വലിച്ചിട്ടിരുന്നുകൊണ്ട് ജോണിവാക്കര് രണ്ടു ഗ്ലാസുകളിലേക്ക് പകര്ന്നു.

"രണ്ട് പെഗ്ഗ് അകത്തു ചെന്നാല് എനിക്കൊരടി കളിക്കണം. രാവിലെ യുദ്ധ സാദ്ധ്യത മണത്തപ്പോള്ത്തന്നെ മൂന്നെണ്ണം വീശി. അതാ പട്ടാള ക്കാരുടെ ഒരു പ്രത്യേകത. ജീവിതത്തോടല്ലേ ബ്രദര് നിങ്ങളുടെ പ്രണയം. ഞങ്ങളുടേത് മരണത്തോടാ! ട്രഞ്ചുകള്, കുഴിബോംബുകള്, പൊട്ടിത്തെ റികള്, നിലവിളികള്... ആഹാ... ഈ ബോറന് ജീവിതത്തേക്കാള് എന്തു രസമുണ്ടെന്നേ ഈ യുദ്ധത്തിന്...?"

കേണല് ഒരു വെടി നിര്ത്തലിനിടം കൊടുക്കാതെ സംസാരിക്കുന്ന തിനിടയില് അയാള് ഗ്ലാസുകാലിയാക്കി. ചീട്ടുകളടുക്കി നിവര്ന്നുകൊണ്ട് കേണല് പറഞ്ഞു. "നമ്മള് തമ്മിലാദ്യമായിട്ടാ... എന്നിട്ടും ഒരു ചിയേ ഴ്സിനുള്ള അവസരം ബ്രദര് നഷ്ടപ്പെടുത്തി. സാരമില്ല. അടുത്തതിനാ വാം."

കേണല് അയാളെ നോക്കി ചിരിച്ചു ഒരു സിപ്പെടുത്തുകൊണ്ടു തുടര്ന്നു.

"കേട്ടോ ബ്രദര്, കളിയില് കേമന് ഗുലാം പെരിശാണ്. യുദ്ധത്തില് ശത്രു റെജിമെന്റിനെ നേരിടുന്നതു പോലെ വേണം ഗുലാംപെരിശിനിരി ക്കാന്. കൃത്യത, കണക്കുകൂട്ടല് തന്ത്രം, ടീമിന്റെ പൊരുത്തം എല്ലാം ഒത്തു വന്നാല് ഏതു പ്രബലശത്രുവിനെയും കീഴ്പ്പെടുത്താം. പക്ഷേ, അതിനു ടീം വേണം. റമ്മിയെപ്പോലെ ഒറ്റ തിരിഞ്ഞ പോരാട്ടമല്ലത്. സംഘശക്തി യുടെ ഏറ്റുമുട്ടലാണ്."

ആദ്യ പെഗ്ഗിനു തന്നെ അടിവയറ്റില് എരിഞ്ഞുതുടങ്ങിയ ഹൈഡ്ര ജന് ബോംബിനെ അവഗണിച്ചുകൊണ്ട് അയാള് രണ്ടാമത്തെ പെഗ്ഗും ഗ്ലാസിലേക്ക് പകര്ന്നു. പിന്നെ ചെറിയൊരു ആലോചനയുടെ ഇടവേ ളയ്ക്കു ശേഷം കേണലിനോടു പറഞ്ഞു.

"സോറി, കേണല്. എനിക്കു പക്ഷേ, റമ്മി മാത്രമേ അറിയൂ...."
കേണല് രണ്ടാമത്തെ സിപ്പുകൂടി എടുത്തു.

"ഓ കെ ബ്രദര്... ബട്ട്... അത് മന്ദന്മാരുടെ കളിയാണ് കേട്ടോ... ചടു ലമായ നീക്കങ്ങളില്ല... ആക്രമണമില്ല... പ്രതിരോധത്തിന്റെയും പിന്വാ ങ്ങലിന്റെയും ഇടയ്ക്കുള്ള ചില ഭാഗ്യപരീക്ഷണങ്ങള് മാത്രം.... ഈസ് ഇറ്റ് ട്രൂ..?"

കേണല് പകുത്തുവെച്ച ചീട്ടെടുത്ത് കശക്കി. അതിലൊരു ജോക്ക

റിനെ തിരഞ്ഞുകൊണ്ട് അയാൾ ആലോചിച്ചു. 'ശരിയായിരിക്കാം. പക്ഷേ, റമ്മിയെ ഇഷ്ടപ്പെട്ടുപോയി. അതിൽ ശത്രുക്കളില്ല. ആരെയും ആശ്രയി ക്കാനും നിഗ്രഹിക്കാനുമില്ല. തുറന്നു കിട്ടുന്ന അവസരങ്ങളിലൂടെ കഴി വിനനുസരിച്ചു മുന്നേറുക, അത്രമാത്രം. ചിലപ്പോൾ വിജയിക്കാം പരാ ജയപ്പെടാം. ജയിച്ചാൽ സ്വയം ആഘോഷിക്കാം. തോല്വിയിലാകട്ടെ ആരോടും സമാധാനം പറയേണ്ടതുമില്ല.'

അയാളങ്ങനെ അനേകം ന്യായങ്ങൾ കണ്ടുപിടിക്കുമ്പോൾ 'വൺ... ടു.. ത്രീ..' എന്ന് ഉച്ചത്തിൽ പറഞ്ഞുകൊണ്ട് കേണൽ ചീട്ടിടാനാരംഭിച്ചു. കൃത്യം പതിമൂന്നിൽ നിർത്തി ഓപ്പൺ കാർഡിട്ടു നിവർന്നു മൂന്നാമത്തെ സിപ്പെടുത്തു കേണൽ. അയാൾ ചീട്ടുകൾ ഓരോന്നായി പെറുക്കിയെടുത്ത് ഓരോരോ പൊസിഷനിൽ വയ്ക്കുമ്പോഴേക്കും ശത്രുസൈന്യത്തിന് നിറ യൊഴിക്കാൻ പാകത്തിൽ നിരത്തി നിർത്തിയ പട്ടാളക്കാരെപ്പോലെ ഇട തുകൈയിൽ ചീട്ടുകളടുക്കിപ്പിടിച്ച് കേണൽ നാലാമത്തെ സിപ്പും അക ത്താക്കി.

ഇപ്പോൾ രണ്ടു ഗ്ലാസും ഒരുപോലെ ശൂന്യമായിരുന്നു. അയാൾ വീണ്ടും ഗ്ലാസുകൾ ഫില്ലു ചെയ്യുമ്പോഴേക്കും ആദ്യത്തെ ചീട്ടുവലിച്ചു കൊണ്ട് കേണൽ പറഞ്ഞു.

"രാവിലത്തെ ബി ബി സി ന്യൂസ് കാണേണ്ടിയിരുന്നു. എന്താ അമേ രിക്കൻ പടേടെ ഒരു ശൗര്യം. ബുഷൊന്നു കൈ ഞൊടിച്ചാൽ മതി, എണ്ണ പ്പാടങ്ങളൊക്കെ എരിഞ്ഞുതീരും. ഈ കീടങ്ങളൊക്കെ എന്താ ധരിച്ചുവ ച്ചിരിക്കുന്നെ...? ബാസ്റ്റഡ്സ്...!"

ആമാശയത്തിലേക്ക് എരിഞ്ഞിറങ്ങിയ വിസ്കിയുടെ ആലസ്യത്തി ലമർന്ന അയാൾ കേണലിനു വെറുതെ ചെവികൊടുത്തു.

"കേട്ടോ ബ്രദർ... നിശ്ശബ്ദമായ ജലാശയത്തിൽ ഒരു കല്ലിടുംപോലെ യാണ് യുദ്ധം. അതു സൃഷ്ടിക്കുന്ന ഓളങ്ങൾ കണ്ടു നില്ക്കുമ്പോഴുള്ള ഹരം...! അതൊരു പട്ടാളക്കാരനു മാത്രമേ അറിയൂ...!"

ഉറക്കത്തിനും തെളിച്ചത്തിനുമിടയിലെവിടെയോ ആയിരുന്നതിനാൽ കേണൽ പറഞ്ഞതൊന്നും അയാൾക്ക് മനസ്സിലായില്ല. വിശപ്പിനു പകരം മറ്റെന്തെല്ലാമോ വികാരങ്ങളായിരുന്നു അയാൾക്കപ്പോൾ. തലയ്ക്കത്ത് മിന്നാമിന്നിയും ഇടിമിന്നലും തലങ്ങും വിലങ്ങും പാഞ്ഞു നടന്നു. ഭൂമിക്കു മേലെ പറന്നു നടക്കുന്ന ഒരനുഭവം..!!

ഒടുവിൽ ഒരു ആറ്റംബോംബ് പൊട്ടുംപോലെ പൊട്ടിച്ചിരിച്ചുകൊണ്ട് കേണൽ കൈമലർത്തുമ്പോഴാണ് സത്യത്തിൽ അയാൾ ഭൂമിയിലേക്കു തിരിച്ചു വന്നത്.

"നോക്കണം ബ്രദർ, ഇതു ലൈഫ്, ഇതു സെക്കന്റ്, ഇതു ഫോർത്ത് കാർഡ്, ഇത് ജോഡി" എന്നിങ്ങനെ ചീട്ടുകൾ സെറ്റുസെറ്റായി ടീപ്പോ യിൽ നിരത്തുന്ന കേണലിനോട് തന്റെ കൈ തുറന്നുവച്ചു കൊണ്ടയാൾ പറഞ്ഞു.

"ലൈഫില്ല സാർ, ഫുള്ളെഴുതിക്കോ!"

"ഓ... വെരി പതറ്റിക് ഡിയർ, ഐ ആം വെരി സോറി." കേണലിന് അയാളുടെ ദയനീയ പരാജയത്തിൽ സഹതാപം തോന്നി. "ഞാനല്ലേ കിലും ഒരു ഷാർപ്പ് ഷൂട്ടറാ...! ഒരിക്കലും പിഴയ്ക്കില്ല. നെവെർ വെയ്സ്റ്റ് എ ബുള്ളറ്റ്!! സോറി ബ്രദർ... അയം റിയലി സോറി..."

കേണൽ ഖേദപൂർവ്വം നിറഞ്ഞ ഗ്ലാസെടുത്ത് അയാൾക്കു നേരെ ഉയർത്തി.

"കമോൺ ചിയേഴ്സ്."

"ചിയേഴ്സ്.." അയാളും ഒപ്പം ചേർന്നു.

അടുത്ത കൈക്കുള്ള ചീട്ടു കശക്കുന്നതിനിടയിൽ കേണൽ ഒരു സിഗ രറ്റ് വലിച്ചു. സ്കോച്ചും സിഗരറ്റും നൽകിയ ഇളം ചൂട് മെല്ലെ കേണ ലിന്റെ സിരകളെയും ഉണർത്താൻ തുടങ്ങിയിരുന്നു. അപ്പോഴാണ് അടു ക്കളയിൽനിന്നും മുൻവശത്തേക്ക് വന്നുകൊണ്ട് അവൾ കളിയിലിടപെ ട്ടത്.

"നിങ്ങളിന്ന് പുറത്തു പോണില്ലേ? ഉച്ചകഴിഞ്ഞ് എന്തോ മീറ്റിങ് ഉണ്ടെന്നു പറഞ്ഞിട്ട്...!"

ആ സമയത്തെ അവളുടെ സാന്നിദ്ധ്യം അയാൾക്കൊട്ടും ഇഷ്ടപ്പെ ട്ടില്ല. അവളെ ശ്രദ്ധിക്കാതെ അയാൾ കേണലിനോടായി പറഞ്ഞു.

"നോ ലൈഫ് ചാൻസ്... സേർ ഞാൻ കൈവിട്ടിരിക്കുന്നു.."

പക്ഷേ, കേണൽ വിടാൻ ഒരുക്കമല്ലായിരുന്നു.

"കേട്ടോ ബ്രദർ... ലൈഫില്ലാത്തതുകൊണ്ട് കൈവിട്ടുകളിക്കുന്നത് ശരിയല്ല. ഒരു സോൾജിയർ ആകുമ്പം പൊരുതി നിൽക്കണം. ജയിച്ചാലും മരിച്ചാലും അതാ എന്റെ പോളിസി. എന്താ അങ്ങനല്ലേ?"

കേണൽ അവൾക്കു നേരെ തിരിഞ്ഞു.

"അല്ലാ ഞങ്ങളൊരു ചെറിയ കമ്പനി കൂടിയതിന് എതിർപ്പൊന്നും ഇല്ലല്ലോ?" അയാൾ കേണലിന്റെ മുഖത്തേക്കു തന്നെ നോക്കിയിരുന്നതു കൊണ്ട് അവൾ എങ്ങനെയാണു പ്രതികരിച്ചതെന്നു കണ്ടില്ല.

"മിടുക്കി... മൈ നൈസ് സ്വീറ്റ് ഗേൾ... വിരോധമൊന്നുമില്ലെന്ന് ആ മുഖം കണ്ടപ്പഴേ തോന്നി. ഓ ബ്രദർ, യു ആർ ലക്കി..." അതും പറഞ്ഞ് അയാളുടെ തോളത്ത് തട്ടി കേണൽ അവളെ നോക്കി കണ്ണിറുക്കിച്ചിരിച്ച പ്പോൾ അയാളെഴുന്നേറ്റു.

"സോറി, കേണൽ സാബ്. ഐ സറണ്ടർ. പിന്നെ ടൗൺ ഹാളി ലൊരു..."

"ഓകെ... ഓകെ.. യുദ്ധവിരുദ്ധ മീറ്റിങ് അല്ലേ? യു പ്രൊസീഡ് വിത്ത് ദാറ്റ്... ബട്ട് നിങ്ങളവിടെ പ്രമേയം പാസാക്കുമ്പോഴേക്കും ബാഗ്ദാദിൽ ഞങ്ങൾ ബോംബിട്ടിരിക്കും." കേണൽ പൊട്ടിച്ചിരിച്ചുകൊണ്ട് അവസാ നത്തെ ലാർജ് ഒറ്റയടിക്കു വിഴുങ്ങി കസേരയിൽ നിന്നെണീറ്റു.

"യെസ് ബ്രദർ, ഇതെല്ലാം ഇവിടെ ഇങ്ങനെത്തന്നെയിരിക്കട്ടെ. താങ്കൾ മീറ്റിങ് കഴിഞ്ഞത്തുമ്പോഴേക്കും ഞാൻ ബി ബി സി കണ്ടുവ രാം. യുദ്ധം പ്രഖ്യാപിച്ചാൽ എന്റെ വക നമുക്കൊന്നാഘോഷിക്കാം

ഓക്കെ..!"

അയാൾ എന്തെങ്കിലും പറയുന്നതിനു മുൻപേ കേണൽ പുറ
ത്തേക്കു നടന്നു. പിന്നെ മറ്റൊന്നും ആലോചിക്കാനില്ലാതിരുന്നതിനാൽ
ഉടുപ്പെടുത്തിട്ട് അയാളും പുറത്തേക്കിറങ്ങി.

ഇറങ്ങിക്കഴിഞ്ഞാണയാളോർത്തത്, എങ്ങോട്ടു പോകും? പൊടുന്ന
നവെ, പോർമുഖത്ത് ഒറ്റപ്പെട്ടുപോയ ഒരു പടയാളിയുടെ നിസ്സഹായത
അയാളനുഭവിച്ചു.

ടൗൺ ഹാളിൽ മീറ്റിങ് ഉണ്ടെന്നതു ശരിതന്നെ. കൃഷ്ണയ്യരും മറ്റും
പങ്കെടുക്കുന്നുണ്ട്. കുരീപ്പുഴ രാവിലെകൂടി ഓർമ്മിപ്പിച്ചതാണ്. പക്ഷേ..!

ഇന്നലെ ഉച്ചയ്ക്കോ മറ്റോ ഇത്തിരി കഞ്ഞി കുടിച്ചതാണ്. അവളാ
ണെങ്കിൽ അതും കഴിച്ചിട്ടുണ്ടാവില്ല. ഈ അവസ്ഥയിൽ എങ്ങോട്ടു
പോകും? ആരോടു ചോദിക്കും?

കഴിഞ്ഞ തവണത്തെ വാടക കൊടുക്കാൻ രാജാനന്ദനാണു സഹാ
യിച്ചത്. അതിതുവരെയും തിരിച്ചുകൊടുത്തിട്ടില്ല. അമ്മയ്ക്കസുഖം കൂടു
തലാണെന്നു കത്തു വന്നപ്പോൾ ടെലിഫോൺസിലെ ഫൽഗുനനോടു
വായ്പ വാങ്ങിയ കാശും കൊടുക്കാനുണ്ട്. പിന്നെ കെ എഫ് ഡി സി
യിലെ ഹസ്സൻ പിള്ളയ്ക്ക്, ഏജീസ് ഓഫീസിലെ ശശിധരൻ. പട്ടിക
അങ്ങനെ നീണ്ടു നീണ്ടു പോവുകയാണ്. ബാബുവിനോടു വാങ്ങിയ
തൊന്നും ഇതുവരെ തിരിച്ചുകൊടുത്തിട്ടില്ല. വാങ്ങുമ്പോഴോർക്കും വേഗം
തിരിച്ചുകൊടുക്കണം, എന്നാലല്ലേ അടുത്ത പ്രാവശ്യം...?

നടക്കാറില്ല...!

ഓരോ പുതിയ പുതിയ ആവശ്യങ്ങൾക്കും പുതിയവരെ കണ്ടുപിടി
ക്കുകയല്ലാതെ... വാങ്ങിയതൊക്കെ അങ്ങനെ തന്നെ നില്ക്കുന്നു!

ഓർത്തപ്പോൾ അയാൾക്കു കരച്ചിൽ വന്നു.

കരച്ചിലടക്കി, എവിടെയാണ് എല്ലാം തകിടം മറിഞ്ഞതെന്ന് ഓർത്തെ
ടുക്കുവാൻ ശ്രമിച്ച് നടന്നപ്പോൾ അയാൾ ടൗൺ ഹാളിലെത്തിയതറി
ഞ്ഞില്ല.

സ്റ്റേജിൽ സുഗതകുമാരിയുടെ കവിത കൊഴുക്കുന്നു! ഹാളിനകത്തും
പുറത്തുമായി അയാൾ ഓരോ കൂട്ടങ്ങളോടുമൊപ്പം മാറി മാറി കുറെ
സമയം ചെലവഴിച്ചു.

ആരോടും കടം ചോദിക്കാൻ തോന്നിയതേയില്ല. എല്ലാവരും നല്ല
പിരിമുറുക്കത്തിലാണ്. ചിലരൊക്കെ തന്നെ കണ്ടപ്പോൾ മാറി നടക്കുന്ന
തായി അയാൾക്കു തോന്നി. അപ്പോൾത്തന്നെ അതു വെറും തോന്നലാ
യിരിക്കും എന്നയാൾ ആശ്വസിക്കുകയും ചെയ്തു.

ഒടുവിൽ സലീം വന്നു പറഞ്ഞപ്പോഴാണ് അയാളും വാർത്തയറി
ഞ്ഞത്. അമേരിക്ക ബാഗ്ദാദിലെ സിവിലിയൻ കേന്ദ്രങ്ങളിൽ ബോംബു
വർഷിച്ചിരിക്കുന്നു...!!

ഒരു യുദ്ധത്തിന്റെ തുടക്കം

പെട്ടെന്നയാൾക്ക് കേണലിനെ ഓർമ്മവന്നു. കേണലിന്റെ പ്രവചനം

യാഥാർത്ഥ്യമായിരിക്കുന്നു. ഒരാഘോഷത്തിനുള്ള തയ്യാറെടുപ്പുമായി കാത്തിരിക്കുകയാവും കേണൽ എന്നോർത്തപ്പോൾ അയാളുടെ തലയ്ക്കു കത്ത് പോർ വിമാനങ്ങൾ ഇരമ്പിയെത്തുന്നതുപോലെ തോന്നി.

പിന്നീടവിടെ നില്ക്കാൻ കഴിഞ്ഞില്ല.

ആരോടും യാത്ര പറയാൻ പോലും നില്ക്കാതെ അയാൾ ടൗൺ ഹാളിന്റെ ഗേറ്റു കടന്നു.

വീട്ടിലേക്ക് ചെന്നുകയറിയ അയാളെ കേണലാണ് സ്വീകരിച്ചത്.

"ഹലോ ബ്രദർ അറിഞ്ഞില്ലേ? സദ്ദാമിന്റെ ബങ്കറുകൾ തകർത്തു. ഇനീം എന്തെല്ലാം അവിടെ തകർന്നു തരിപ്പണമാകും. ഹ... ഹ... ഞങ്ങ ളിതാ ആഘോഷങ്ങൾ തുടങ്ങിക്കഴിഞ്ഞു. കം ആന്റ് ജോയിന്റ് വിത്ത് അസ്... അല്ലേ ഡിയർ...?"

"തീർച്ചയായും..."

ആഹ്ലാദത്തോടെ തലകുലുക്കിക്കൊണ്ട് അവളും കേണലിനൊപ്പം ചേർന്നു. പട്ടിണിയുടെ ക്ഷീണവും പാരവശ്യവുമെല്ലാം അവളുടെ മുഖ ത്തുനിന്നും പമ്പ കടന്നിരിക്കുന്നു.

കേണലിന്റെ വിസ്കി ഗ്ലാസ് നിറച്ചു കൊടുത്തുകൊണ്ടു നില്ക്കുന്ന അവളുടെ വിളറിയ മാറിടത്തിൽനിന്നും കണ്ണുകളെടുക്കാതെ തന്നെ കേണൽ അയാളോടു പറഞ്ഞു.

"കേട്ടോ ബ്രദർ, നിങ്ങൾ ധരിക്കും പോലെയല്ല. ഈ യുദ്ധത്തിന് ചില നല്ല വശങ്ങളുണ്ട്. അത് ഒന്നിനും വേണ്ടാത്ത കുറെ മനുഷ്യരെ കൊന്നൊടുക്കും. അതു കൊണ്ടല്ലേ നമുക്കൊക്കെ ഇന്ന് സുഖമായി തിന്നു കുടിച്ചു ജീവിക്കാൻ പറ്റുന്നത്..?"

അവളതു കേട്ട് കേണലിനോടു ചിരിച്ചു അയാളോടായി പറഞ്ഞു.

"നിങ്ങൾക്ക് നല്ലോണം വിശക്കുന്നുണ്ടാവില്ലേ? ദാ അടുക്കളയിൽ ഭക്ഷണമൊക്കെ എടുത്തുവച്ചിട്ടുണ്ട്. കഴിച്ചു വന്നോളൂ. അപ്പോഴേക്കും ഞാനും ഈ കളിയൊന്നു പഠിക്കാവോന്നു നോക്കട്ടെ!"

അയാളുടെ പ്രതികരണത്തിനു കാക്കാതെ തന്നെ അവൾ കേണലി നഭിമുഖമായി കസേരയിലേക്കിരുന്നു.

കുപ്പിയിൽ ബാക്കിയൊന്നും അവശേഷിച്ചിരുന്നില്ല. അയാൾ നേരെ അടുക്കളയിലേക്കു നടന്നു. ഈ ലോകം മുഴുവൻ വിഴുങ്ങാനുള്ള വിശപ്പു ണ്ടായിരുന്നു അയാൾക്കപ്പോൾ.

ഡൈനിങ് ടേബിളിൽ ഒരു സദ്യ നടന്നതിന്റെ ഉച്ഛിഷ്ടങ്ങൾ അതേ പോലെ കിടന്നിരുന്നു. അയാൾ അടച്ചുവച്ചിരുന്ന പാത്രങ്ങൾ ഒന്നോന്നായി തുറന്നു നോക്കി.

"ചപ്പാത്തി, ചിക്കൻ ഫ്രൈ, സലാഡ്..!"

അയാൾ ആർത്തിയോടെ അതിനു മുന്നിലിരുന്നു. ഒരു പിടി വാരി ചുണ്ടോടുപ്പിച്ചതും അയാൾക്ക് ഛർദ്ദിക്കാൻ വന്നു.

ആഹാരത്തോടൊപ്പം ഒരഴുക്കുനാറ്റവും തലച്ചോറിലേക്കു തുളച്ചു കയറി. പരിചിതമെങ്കിലും പെട്ടെന്ന് തിരിച്ചറിയാനാവാത്ത എന്തോ ഒരു

ഗന്ധം അവിടമാകെ നിറഞ്ഞു നില്ക്കുന്നതുപോലെ! ആഹാരസാധന ങ്ങൾ ഓരോന്നും എടുത്തു മണത്തുനോക്കി. എല്ലാറ്റിനും അതേ ഗന്ധം.

അതിനു മുന്നിലിരിക്കുന്തോറും അയാളുടെ അടിവയറ്റിൽനിന്നും എണ്ണമില്ലാത്ത തികട്ടലുകൾ മുകളിലേക്കു വന്നുകൊണ്ടിരുന്നു. അയാൾ വായമർത്തിപ്പിടിച്ചുകൊണ്ട് ബാത്ത്റൂമിനെ ലക്ഷ്യമാക്കി ഓടി...!

"എന്താ? എന്തുപറ്റി?" എന്ന നിലവിളിയുമായി അവളും പിന്നാലെ ചെന്നു. അവൾ അടുത്തെത്തിയതോടെ അയാൾക്കാഗന്ധം പെട്ടെന്നു തിരി ച്ചറിയാനായി.

പുകഞ്ഞ വെടിയുപ്പിന്റെ മടുപ്പിക്കുന്ന നാറ്റം. അവളുടെ ഉടലിനും അതേ നാറ്റം!!

അയാളവളെ പുറത്തേക്കു തള്ളിമാറ്റി ബാത്ത്റൂമിന്റെ വാതിലടച്ചു തഴുതിട്ടു.

പിന്നെ വാഷ്ബേസിനിലേക്ക് ചാഞ്ഞുനിന്ന് ഉള്ളിലുള്ളതെല്ലാം പുറ ത്തേക്കു കുടഞ്ഞിടാൻ ആയാസപ്പെട്ടു.

അടയാളങ്ങൾ

കാറ്റടങ്ങാക്കുന്നിൽ വണ്ടിയിറങ്ങുമ്പോൾ അനന്തന്റെ നെഞ്ചിൽ ഇടികൂടുങ്ങി. വണ്ടി ചുരം കയറി വരുമ്പോഴേ അവൻ കണ്ടിരുന്നു, കാറ്റ ടങ്ങാക്കുന്നിലെ മാറ്റങ്ങൾ. എത്രവേഗമാണ് എല്ലാം മാറിപ്പോയത്. ആകാശം മുട്ടെ ഉയർന്നു നില്ക്കുന്ന പുകക്കുഴലുകൾ, കാറ്റടങ്ങാക്കു ന്നിന്റെ ശിരസ്സിനെ മറയ്ക്കുന്ന കൂറ്റൻ കമ്പനിമതിൽക്കെട്ടുകൾ. അതിന പ്പുറത്ത് നിരനിരയായി അടുക്കിവച്ച തീപ്പെട്ടിക്കൂടുകൾ പോലെ ടാങ്കർ ലോറികൾ.

പഴയ ഈർച്ചമില്ലിനിടതുവശത്തായി വറീതും ഹംസക്കുഞ്ഞു മൊക്കെ താമസിച്ചിരുന്ന കുടിലുകളുടെ സ്ഥാനത്ത് നീണ്ടുപോവുന്ന കെട്ടിടങ്ങളുടെ എണ്ണമറ്റനിരകൾ. അവ ക്വാർട്ടേഴ്സുകളായിരിക്കണം. അതിനും അപ്പുറം ഒറ്റപ്പെട്ട ബംഗ്ലാവുകളുടെ ഹൗസിങ് കോളനി. അവി ടെയായിരിക്കണം കമ്പനിയിലെ ഉന്നതോദ്യോഗസ്ഥരുടെ താമസം.

അങ്ങിങ്ങായി ഉയർന്നു നില്ക്കുന്ന ഒറ്റപ്പെട്ട ചൂളമരങ്ങളൊഴിച്ചാൽ ദൂരക്കാഴ്ചയിൽ ഒരു പട്ടണം പോലെ തന്നെ തോന്നിക്കുന്നു ഇന്ന് കാറ്റട ങ്ങാക്കുന്ന്.

സ്വന്തം ഭൂമിയിൽ ഒരു പരദേശിയെപ്പോലെ കാല്പ്പടങ്ങളമർത്തിയ പ്പോൾ ഉള്ളുപൊള്ളി. താഴ്വാരത്തിൽനിന്നും കുന്നിൻ മുകളിലേക്കുള്ള പാത കോൺക്രീറ്റുചെയ്തിരിക്കുന്നു. റോഡിനിരുവശവും വാകമരങ്ങൾ നട്ടുപിടിപ്പിച്ചു ഭംഗിയാക്കിയിട്ടുണ്ട്. പക്ഷേ, വിളക്കുകാലിനു ചുവട്ടിൽ നിന്നും താഴ്വാരത്തിലേക്ക് പടർന്നിറങ്ങിയിരുന്ന ചെമ്പകക്കാടുകൾ അപ്ര ത്യക്ഷമായിരിക്കുന്നു. പകരം അവിടെ കൃത്യമായി വെട്ടിയൊരുക്കിയ ഒരു ഗാർഡനുണ്ട്. അതിനുള്ളിൽ കുട്ടികൾക്കുള്ള തൊട്ടിലും ചാരുബഞ്ചു കളും ഊഞ്ഞാലുകളും. പഴയ കാട്ടുചെമ്പകപ്പൂക്കളുടെ രൂക്ഷസുഗന്ധം അനന്തനെ വേട്ടയാടി.

പിന്നിട്ട വർഷങ്ങളിലൂടെ, കാറ്റടങ്ങാക്കുന്നിനുണ്ടായിരിക്കുന്ന മാറ്റ ങ്ങൾ അവനെ അത്ഭുതം കൊള്ളിച്ചു.

കമ്പനി ഗേറ്റിങ്കൽവരെ വണ്ടിയുണ്ടായിരുന്നിട്ടും അനന്തൻ താഴ്വാ രത്തിൽത്തന്നെയാണിറങ്ങിയത്. സൂര്യൻ പഴയതുപോലെ തന്നെ തേൻപുഴയുടെ അപ്പുറത്തേക്കു ചാഞ്ഞു. വാകമരച്ചില്ലകളിൽ നേരിയ ചുവപ്പു രാശി പടർന്നിറങ്ങി.

അനന്തൻ കാറ്റടങ്ങാക്കുന്നിലേക്കു കയറിയില്ല. ജങ്ഷനിൽനിന്നും നേരെ തേൻപുഴയുടെ ഓരം ചേർന്ന് മുത്തിക്കയത്തിനടുത്തേക്ക് നടന്നു.

കയത്തിനുചുറ്റും വളർന്നുപന്തലിച്ച ഇല്ലിപ്പടർപ്പുകൾ ഇപ്പോഴുമുണ്ട്. മുത്തിയമ്മപ്പാറയിൽ പണ്ടൊക്കെ വെറ്റിലയും പഴുക്കയും ആളുകൾ കാഴ്ച വയ്ക്കുമായിരുന്നു. നിർമ്മലേടത്തി അവിടെ നിത്യവും വിളക്കുവയ്ക്കു മായിരുന്നു.

ഇത്തിരി മുതിർന്നു കഴിഞ്ഞപ്പോൾ മുതൽ സന്ധ്യ പരന്നാൽ അന ന്തൻ മുത്തിയമ്മക്കയത്തിലേക്കു പോകും. അവിടെ വിശാലമായ പരന്ന പാറയിൽ മലർന്നുകിടന്ന് ആകാശത്തിലെ നക്ഷത്രക്കുഞ്ഞുങ്ങളെ എണ്ണി ത്തീർക്കാൻ നോക്കും. ഒടുവിൽ പരാജയപ്പെട്ട് മുത്തിക്കയത്തിലേക്കെ ടുത്തു ചാടി തണുത്ത വെള്ളത്തിൽ മുങ്ങിക്കിടക്കും. അനന്തന്റെ സന്ധ്യ കൾ എന്നും അങ്ങനെയായിരുന്നു.

മുത്തിക്കയം എപ്പോഴും ഓളങ്ങടങ്ങി ശാന്തമായി കിടക്കും. പക്ഷേ, കുളിക്കാനോ അലക്കാനോ കാറ്റടങ്ങാക്കുന്നുകാരാരും അങ്ങോട്ടടുക്കാ റുമില്ല. അതിനും ഒരു കാരണമുണ്ട്. അലിയാരുടെ ഭാര്യ കതിയുമ്മ പറ ഞ്ഞതാണ് ആ സംഭവം. "ഒരു ദിവസം വിറകൊടിക്കാൻ കാട്ടിൽ പോയി മടങ്ങിവരികയായിരുന്ന ഞാനൽപം വൈകീർന്നു. മുത്തിക്കയത്തിനടുത്തെ ത്തേഃം... ന്റെ പടച്ചോനോ... ആരോ തുടിച്ചു നീന്തി ഒരു പൊന്തല്... ഞമ്മള് നോക്കുമ്പം തലയില്ലാത്ത ഒരൊടല് വെള്ളത്തീക്കെടന്ന് നീന്തണ്... മാത്രോ... ന്റെ പേടികണ്ടിട്ട് ആ പരന്ന പാറേമ്മേലിരുന്ന് ഒരു തല മാത്രം ചിരിക്കണ്... ന്റെ കണ്ണിലിരുട്ടുപരന്നു. മുന്നിലൊന്നും കാണാമ്പാടില്ല്യ. പിന്നെ ഒന്നും ഓർമ്മയില്ല."

അലിയാരും കൂട്ടരും അന്വേഷിച്ച് ചെല്ലുമ്പോൾ കതിയുമ്മ, മുത്തി യമ്മപ്പാറയ്ക്കടുത്ത് ബോധം കെട്ടുകിടക്കുകയായിരുന്നു. പിന്നെ അവരെ ഏഴു ദിവസം പൊള്ളിപ്പനിച്ചു. അലിയാർ പട്ടണത്തിപ്പോയി തങ്ങളുകുഞ്ഞ് മുസല്യാരെക്കൊണ്ട് നൂലോതിക്കൊണ്ടു കെട്ടി. എന്നിട്ടും കുറഞ്ഞില്ല. ഒടു വിൽ കാറ്റടങ്ങാക്കുന്നു മുത്തിക്ക് വെറ്റില പഴുക്ക നേർന്നതിൽപ്പിന്നാ ണത്രേ ജ്വരമിറങ്ങിയത്.

എന്തായാലും ആ സംഭവത്തിനുശേഷം സ്ത്രീകളോ പുരുഷന്മാരോ അങ്ങോട്ടു കടക്കാൻ ഭയപ്പെട്ടു. സദാ മുത്തിക്കയത്തിൽ ആരോ നീന്തി ത്തുടിക്കുന്ന ശബ്ദം കേൾക്കാറുണ്ടെന്ന് കാറ്റടങ്ങാക്കുന്നിൽ എല്ലാവരും വിശ്വസിച്ചു.

അനന്തനേതായാലും ആ വിശ്വാസങ്ങൾ അനുഗ്രഹമായി. അടക്കാ

നാവാത്ത സങ്കടങ്ങളും അസ്വസ്ഥതകളും മനസ്സിനെ കടിച്ചുകുടയു
മ്പോൾ അവൻ നേരേ മുത്തിയമ്മപ്പാറയിലേക്കു നടക്കും. അപ്പോൾ,
മുത്തിക്കയത്തിലെ വെള്ളാരം കണ്ണുള്ള സ്വർണ്ണമത്സ്യങ്ങളും ആകാശ
ത്തിലെ നക്ഷത്രക്കുഞ്ഞുങ്ങളും, പൊന്തപ്പടർപ്പിലെ ഇഴജന്തുക്കളും
അവന്റെ സങ്കടങ്ങൾ കേൾക്കാനെത്തും.

ആദ്യമൊക്കെ അവിടെ പോകുന്നതിൽനിന്നും നിർമ്മലേടത്തി
അവനെ വിലക്കുമായിരുന്നു. പിന്നെപ്പിന്നെ അവന്റെ യാത്രകൾ നിർമ്മ
ലേട്ടത്തിയോടു പറയാതെയായി.

"ഓന്റെ വല്യമ്മയല്ലേ - ഓനെ കാത്തോളും."

ഒടുവിൽ നിർമ്മലേട്ടത്തി അങ്ങനെ സമാധാനിക്കും.

കാറ്റടങ്ങാക്കുന്നു മുത്തി തന്റെ വല്യമ്മയായതിനു പിന്നിലെ ചരിത്രം
ഒരിക്കൽ നിർമ്മലേട്ടത്തിയാണു പറഞ്ഞുതന്നതും.

ഓർമ്മവച്ചപ്പോൾ മുതൽ കാറ്റടങ്ങാക്കുന്നുകാരുടെ ശാപവാക്കു
കൾക്കു മുന്നിൽ ഒരു ദുശ്ശകുനമായിത്തീരാൻ മാത്രം എന്തു തെറ്റാണ്
താൻ ചെയ്തതെന്ന് അവനറിയില്ലായിരുന്നു.

അവന്റെ ഓർമ്മയിൽ അച്ഛനും അമ്മയും പുകമഞ്ഞിനുള്ളിലെ അവ്യ
ക്തവും രൂപരഹിതവുമായ വെറും നിഴലുകൾ മാത്രം. നിർമ്മലേടത്തി മാത്ര
മായിരുന്നു അവന്റെ തിരിച്ചറിവുകളിലെ ഏക ആശ്രയം.

അവന്റെ ജന്മരഹസ്യങ്ങളെക്കുറിച്ച് കാറ്റടങ്ങാക്കുന്നിൽ മൂളിപ്പറന്ന
കഥകളുടെ അകംപൊരുൾ ഒരിക്കൽ അവൻ നിർമ്മലേട്ടത്തിയിൽനിന്നും
നിർബ്ബന്ധിച്ചു പിടിച്ചുവാങ്ങി. അങ്ങനെയാണ് മുത്തിയമ്മയുടെ മോൾ
കുളിരി പിഴച്ചു പെറ്റ സന്തതിയാണ് അനന്തനെന്ന അറിവ് അവനെ
ചൂഴ്ന്നെടുത്തത്. പക്ഷേ, എന്നിട്ടും അച്ഛനാരെന്ന് നിർമ്മലേട്ടത്തിക്കും
നിശ്ചയമുണ്ടായിരുന്നില്ല.

അതുകൊണ്ടുതന്നെ കാറ്റടങ്ങാക്കുന്നിലെ ഓരോ പുരുഷനിലും
അവൻ ശത്രുവിനെ കണ്ടു. നൈമിഷികാസക്തിയുടെ ചൂണ്ടക്കണയിൽ
കോർത്ത കുളിരിയെന്ന കാട്ടുപെണ്ണിന്റെ സ്വപ്നങ്ങൾക്ക് തീയിട്ട് കാറ്റട
ങ്ങാക്കുന്നിൽ വിഹരിക്കുന്ന ഒറ്റക്കൊമ്പുള്ള ആ ശത്രുവിനെ... അവൻ
അവിടത്തെ ഓരോ പുരുഷനിലും തിരഞ്ഞു തളർന്നു.

ഓരോ പ്രഭാതങ്ങളിലും അവൻ കാടകങ്ങൾക്കുള്ളിലേക്ക് നടന്നു.
അവിടെ എവിടെയെങ്കിലും തന്റെ പെറ്റമ്മ കുളിരി തന്നെ കാത്തുനില്പു
ണ്ടാവും എന്നവൻ ആശിച്ചു.

വിളക്കുകാലിനു ചുവട്ടിൽ ചോണനെറുമ്പു കടിച്ചുകിടന്നു കരഞ്ഞ
ആ ദുശ്ശകുനമല്ലാതെ കുളിരിയെ പിന്നീടാരും കണ്ടിട്ടില്ല!

അവൾ, വയറൊഴിഞ്ഞു കാട്ടിലേക്കു തന്നെ തിരിച്ചുകയറിയെന്നും,
അതല്ല മുത്തിക്കയത്തിൽച്ചാടി ആത്മഹത്യ ചെയ്തിട്ടുണ്ടാവുമെന്നും പല
പല കഥകളും കാറ്റടങ്ങാക്കുന്നിൽ പ്രചരിച്ചു. ആ കഥകളുടെയെല്ലാം
ഇങ്ങേത്തലയ്ക്കൽ അനന്തനും കണ്ണിചേർക്കപ്പെട്ടു.

വീണ്ടുമൊരിക്കൽക്കൂടി മരിച്ചോരുടെ കുന്നിൻനിന്നും പിതൃക്കൾ

കാറ്റടങ്ങാക്കുന്നിലേക്ക് വരുമെന്നും അന്ന് കാടകങ്ങളിൽ പെരുമ്പറ മുഴക്കി കാറ്റടങ്ങാക്കുന്നിലെ ആദിമർ സ്വന്തം പിതൃഭൂമി തിരിച്ചെടുക്കു മെന്നും കാറ്റടങ്ങാക്കുന്നുകാർ വിശ്വസിച്ചു.

അത്തരമൊരു തിരിച്ചുവരവിൽ കാറ്റടങ്ങാക്കുന്നിന് അടയാളമായിരി ക്കാൻ കുളിരി അവശേഷിപ്പിച്ചു പോയതാണത്രേ അനന്തനെ.

അവൻ മുത്തിയമ്മപ്പാറയിൽ ചാഞ്ഞുകിടന്നുകൊണ്ട് കാടകങ്ങളി ലേക്കു നോക്കി. അവിടെ ഒരു തിരിച്ചുവരവിന്റെ തുടിപ്പുകൾ കേൾക്കു വാൻ അവൻ കാത് വട്ടം പിടിച്ചു.

പിന്നെ ഓർത്തു.

ഒരുപക്ഷേ, ചരിത്രത്തിന്റെ ഇരയാകുവാനുള്ള നിയോഗവും പേറി കാറ്റടങ്ങാക്കുന്നിലേക്കുള്ള അവസാനത്തെ യാത്രയാകാമിത്.

ആ ഓർമ്മയുടെ സുഖനൊമ്പരങ്ങളിൽ അവൻ മെല്ലെ മിഴികളടച്ചു. പിന്നെ മയക്കത്തിലേക്കു വഴുതി വീണു.

ഇപ്പോൾ എണ്ണവറ്റാറായ വിളക്കുകാലിന് ചുവട്ടിലിരുന്ന് നിർമ്മല അനന്തന് കഥ പറഞ്ഞുകൊടുക്കുകയാണ്.

"നിന്റെ അമ്മ കുളിരി, അച്ഛൻ...? കുളിരിക്കും അമ്മ കാറ്റാടിക്കുന്നു മുത്തിയമ്മ."

നിർമ്മല കഥ തുടങ്ങുന്നതവിടെ നിന്നാണ്.

മുത്തിയമ്മയ്ക്കും അപ്പുറം മരിച്ചോരുടെ കുന്നിൽ. അനന്തന്റെ പിതൃ ക്കളുടെ എണ്ണമറ്റ വംശാവലികൾ. ചരിത്രത്തിന്റെ പേരേടുകളിൽ മറവി യുടെ ചിതൽപ്പുറ്റുമൂടി, രേഖകളുടെ പിൻബലം നഷ്ടപ്പെട്ടവർ. അവർക്കു കഥകളില്ല.

ചരിത്രത്തിലെ അവശിഷ്ടങ്ങൾ മാത്രമായ് ഒടുങ്ങിപ്പോയവർ!

കഥകളെല്ലാം തുടങ്ങുന്നത് കാറ്റടങ്ങാക്കുന്നിൽ നിന്നാണ്.

അനന്തന്റമ്മ കുളിരിക്കും കുളിരിക്കമ്മ മുത്തിയമ്മയ്ക്കും പിന്നെ ഒരു പാടൊരുപാടമ്മമാർക്കും മുമ്പ്, പണ്ടുപണ്ടീ കാടകങ്ങളെല്ലാം അന ന്തന്റെ പിതൃഭൂമിയായിരുന്നത്രേ. മരിച്ചോരുടെ കുന്നിലെ വന്മരങ്ങളുടെ ചോടിളകിയപ്പോൾ അനാദിയായ ചരിത്രത്തിന്റെ ചില അവശിഷ്ടങ്ങൾ കണ്ടുകിട്ടീരുന്നു.

ഇന്ന് മരിച്ചോരുടെ കുന്ന്, മഴപൊടിക്കാതെ, മുള പൊട്ടാതെ, തരിശും പാഴുമായ് കിടക്കുന്നു.

"എനിക്കവിടൊന്നു പൂവ്വാമ്പറ്റോ നിർമ്മലേട്ടത്തി...?"

അനന്തന്റെ കുഞ്ഞുമനസ്സിൽ ആഗ്രഹം മുളയ്ക്കുന്നു.

"പാടില്ല... നിനക്കിപ്പോ അങ്ങോട്ടു പ്രവേശനമില്ല." ആരോ അവനെ തടയുന്നു.

പെട്ടെന്ന് അനന്തൻ മയക്കത്തിന്റെ ആലസ്യം വിട്ടുണർന്നു. ആകാശം മൂടിക്കെട്ടിയിരിക്കുന്നു. തണുത്തകാറ്റ് വീശുന്നുണ്ട്. ദൂരെയായ് കാറ്റടങ്ങാ ക്കുന്ന് നിയോൺ ബൾബുകളുടെ പ്രകാശത്തിൽ മുങ്ങിക്കിടക്കുന്നു.

അനന്തൻ മുത്തിക്കയെത്തിൽനിന്നും ഒരു കുമ്പിൾ ജലം കോരിയെ

ടുത്തു. അത് നേരിയ നിലാവിൽ സ്ഫടികം പോലെ തിളങ്ങി. മുത്തിയ മ്മയുടെ രക്തം പോലെ കറുത്തിരുണ്ട ജലകണങ്ങൾക്ക് അവന്റെ കൈക്കുമ്പിളിലെ രൂപമാറ്റം. അവൻ വെള്ളം മുഖത്തേക്ക് ശക്തിയായി ഒഴിച്ചു. ഇപ്പോൾ മയക്കത്തിന്റെ ക്ഷീണം വിട്ടകന്നിരിക്കുന്നു.

അനന്തൻ കാറ്റടങ്ങാക്കുന്നിനോട് അവസാനയാത്ര പറഞ്ഞു.

അനന്തമായ മറ്റൊരു യാത്രയുടെ ആരംഭം.

ആദിമമായ വേരുകൾ കുഴിച്ചിട്ട ഈ മണ്ണിലേക്ക് ഇനി ഒരു തിരിച്ചു വരവുണ്ടാവില്ല. നിർമ്മലേട്ടത്തിയാണ് തന്നെ ഈ ഭൂമിയുമായി ബന്ധി പ്പിച്ചു നിർത്തിയ അവസാനത്തെ കണ്ണി.

നിർമ്മലേട്ടത്തിക്കുവേണ്ടിയാണ് വീണ്ടും ഒരിക്കൽക്കൂടി താനിവിടെ വന്നത് മുത്തിയമ്മയ്ക്ക് വെറ്റ പഴുക്ക കാഴ്ചവച്ച്, അനുഗ്രഹം പ്രാർത്ഥി ക്കാൻ. കഴിഞ്ഞു.

ഇനി മടക്കം. ആശുപത്രിയുടെ ഇരുണ്ട ഇടനാഴിയിലേക്. മുത്തി യമ്മയുടെ അനുഗ്രഹവുമായി നിർമ്മലേട്ടത്തിയുടെ രോഗക്കിടക്കയി ലേക്.

അനന്തൻ ഒന്നുകൂടി തന്റെ പിതൃഭൂമിയെ നോക്കി. സാവധാനം കുന്നി റങ്ങി...

അന്നുരാത്രി നിർമ്മലേട്ടത്തിക്ക് അസുഖം കലശലായി. തലച്ചോ റിലും ശ്വാസകോശങ്ങളിലും വേദനയുടെ ഞണ്ടുകാലുകൾ പാഞ്ഞു നടന്നു. അവർ കിടക്കയിൽ കൈകാലിട്ടടിച്ചു. ഇടയ്ക്ക് ആരൊക്കെയോ വന്നുവിളിക്കുന്നതായി വ്യക്തമല്ലാത്ത ഭാഷയിൽ പുലമ്പി. അവരോ ടൊപ്പം വിടാത്തതിന് അനന്തനോട് കലഹിച്ചു.

പതിമൂന്നാം വാർഡിലെ ആളുകളെല്ലാം അവരുടെ കട്ടിലിനു ചുറ്റും കൂടിനിന്നു. അനന്തൻ എന്തുചെയ്യണമെന്നറിയാത്ത വേവലാതിയോടെ ഉഴറി നടന്നു.

ഡ്യൂട്ടി റൂമിൽ കേസ് ഷീറ്റുകൾ വെറുതെ മറിച്ചുനോക്കിയിരിക്കുന്ന നഴ്സിനു മുന്നിൽ അക്ഷമയോടെ ചെന്നു നിന്നു. ഒടുവിൽ തെല്ലൊരീർഷ്യ ത്തോടെ അവരവനെ ശകാരിച്ചു.

"ഞങ്ങളിപ്പം എന്തോ ചെയ്യാനാ കർമ്മഫലം – അങ്ങനങ്ങ് കരുതുക"

കാറ്റടങ്ങാക്കുന്നിന്റെ കാടകങ്ങളിൽനിന്നും ഒച്ചയില്ലാത്ത ഒരു നില വിളി പൊങ്ങി.

അനന്തനോർത്തു: അതെ കർമ്മഫലങ്ങളുടെ ഇങ്ങേയറ്റം. നിയോൺ ബൾബുകളുടെ വെളിച്ചത്തിൽ കുളിച്ചു നില്ക്കുന്ന കാറ്റട ങ്ങാക്കുന്നിന്റെ ആകാശത്തിൽ കമ്പനിയുടെ കറുത്ത പുകമേഘങ്ങളിൽ ഘനീഭവിച്ചു പെയ്യുന്ന കർമ്മഫലങ്ങൾ. ആശുപത്രികളിലെ കേസ് ഷീറ്റു കളിൽ നൊമ്പരങ്ങളുടെ പ്രേതരൂപങ്ങളായ് എത്രയെത്രപേരുകൾ... ഒടു വിൽ പേരുകൾ തന്നെ മാഞ്ഞ് കേസ് ഷീറ്റുകളിലെ ബെഡ് നമ്പറുകൾ മാത്രമായി മാറിപ്പോകുന്നവർ.

ആദ്യത്തെ വീർപ്പുമുട്ടലൊന്നയഞ്ഞപ്പോൾ ബെഡിനുചുറ്റും കൂടി

നിന്നവർ താന്താങ്ങളുടെ ഇരിപ്പിടങ്ങളിലേക്കു തിരിച്ചുപോയി. അനന്തൻ കട്ടിൽത്തലയ്ക്കൽ ചാരിയിരുന്ന് പുറത്തേക്കുനോക്കി.

താഴെ, ആശുപത്രി വാതിലിനു മുന്നിൽക്കിടക്കുന്ന ആംബുലൻസി ലേക്ക് ആരൊക്കെയോ ചേർന്ന് ഒരു ശവം എടുത്തുവയ്ക്കുന്നു. ഒച്ചയും ബഹളവുമില്ലാത്ത ഒരനുഷ്ഠാന കർമ്മം പോലെ.

അനന്തന്റെ കാഴ്ചകളിലേക്ക് ആശുപത്രികളും ആംബുലൻസുകളും വന്നു നിറഞ്ഞു. നോക്കുന്നിടത്തെല്ലാം രോഗികൾ, ശവങ്ങൾ.

ആരുടെ...? ആരുടെ കർമ്മഫലം?

അനന്തൻ പുറംകാഴ്ചകളിൽനിന്നും കണ്ണുകൾ തിരിച്ചെടുക്കു മ്പോൾ, പതിമൂന്നാം വാർഡിലെ രോഗികളെല്ലാം ഉറക്കം പിടിച്ചിരുന്നു. എന്നാൽ, ഒച്ചയനക്കങ്ങളൊന്നുമില്ലാതെ, ഓരോ കട്ടിലുകൾക്കുമടുത്തു ചെന്ന് കേസ് ഷീറ്റുകൾ എടുത്തുമറിച്ച് അവരുടെ കർമ്മഫലങ്ങൾ കൂട്ടി വായിച്ച് അവൻ പതിമൂന്നാം വാർഡിലൂടെ പതുമ്മിനടക്കുന്നത് അനന്തൻ മാത്രം കണ്ടു. ഒടുവിൽ അവൻ നിർമ്മലേട്ടത്തിയുടെ അടുത്തെത്തി.

അവരുടെ ഉറക്കം ഞെട്ടി. അവരുടെ തുറന്നിരിക്കുന്ന കണ്ണുകളിൽ വേദനയുടെ ഞണ്ടുകാലുകൾ വീണ്ടും പിടിമുറുക്കിയിരിക്കുന്നു. ചാരം മൂടിയ കൃഷ്ണമണികൾ അനന്തനെ നോക്കി അങ്ങോട്ടുമിങ്ങോട്ടും ചലിച്ചു. നെറ്റിയുടെ ഇരുവശങ്ങളിലുമായി ഉറവ വറ്റിയ ഉത്ഭവസ്ഥാന ത്തുനിന്നെന്ന പോലെ നേരിയ രണ്ടു കണ്ണുനീർച്ചാലുകൾ പടർന്നിറങ്ങി.

അനന്തന്റെ മനസ്സിലപ്പോൾ വികാരങ്ങൾക്കിടമില്ലായിരുന്നു. പൊട്ടി യൊഴുകാൻ കാട്ടാറുകളോ തടഞ്ഞുനിർത്താൻ അണക്കെട്ടുകളോ ഇല്ലാ ത്തവിധം മനസ്സ് തരിശും ശൂന്യവുമായിരുന്നു.

അവൻ മെല്ലെ കുനിഞ്ഞ് അവരുടെ നെറ്റിയിൽ ചുംബിച്ചു. ഇരുകര ങ്ങളുംകൊണ്ട് നെറ്റിയുടെ ഇരുവശങ്ങളിലും ഒലിച്ചിറങ്ങിയ കണ്ണു നീർത്തുള്ളികൾ മെല്ലെ തുടച്ചു. പിന്നെ കൈകൾ സാവധാനം താഴേക്ക് താഴേക്ക് നീണ്ടു...

ഒടുവിൽ നിർമ്മലേട്ടത്തിയുടെ താടിയെല്ലുകൾക്കുതാഴെ തന്റെ വിര ലുകൾ വിശ്രമിച്ചു.

കഴുത്തിലെ പ്രാണഞരമ്പുകളുടെ ദുർബ്ബലമായ പിടച്ചിൽ അവനറി ഞ്ഞു. അനന്തന്റെ കൈകളിലേക്ക് എങ്ങുനിന്നൊക്കെയോ കൊടുങ്കാറ്റിന്റെ കരുത്ത് വന്നു നിറഞ്ഞു. അവന്റെ വിരലുകൾ കഴുത്തിലെ പിടിമുറുക്കി.

നിർമ്മലേട്ടത്തിയുടെ ചാരം മൂടിയ കണ്ണുകൾ മെല്ലെ ഒന്നു തുറന്നട ഞ്ഞു. പിന്നെ കൃതജ്ഞതയുടെ ഒരു പുഞ്ചിരി മാത്രം അവിടെ അവശേ ഷിച്ചു.

അവരുടെ പ്രാണഞരമ്പുകളിൽനിന്നും പിടഞ്ഞുണർന്ന കാറ്റ് ആശു പത്രി ജനാലകൾ വലിച്ചു തുറന്ന് പുറത്തേക്കൊഴുകി.

അനന്തൻ, തുറന്നിരുന്ന കണ്ണുകൾ മെല്ലെ തിരുമ്മിയടച്ചു. കാല്ക്കൽ കിടന്നിരുന്ന വെള്ളത്തുണിയെടുത്ത് കഴുത്തുവരെ മൂടിപ്പുതപ്പിച്ചു. പിന്നെ, കാറ്റടങ്ങാക്കുന്നിലെ അവസാന ഓർമ്മ പോലെ ഒരുപിടി കാട്ടുചെമ്പക

പൂക്കൾ കാല്ക്കൽ വച്ച് നമസ്കരിച്ചു.

പിന്നെ അവൻ നടന്നു. എങ്ങോട്ടെന്നില്ലാതെ... സഞ്ചാരപഥങ്ങൾ തെറ്റിപ്പോയ ഒരു യാത്രികന്റെ നിസ്സംഗത അവനെ നയിച്ചു. നിർമ്മല യുടെ അവസാനത്തെ ശ്വാസനിശ്വാസങ്ങൾ മാത്രം അവനെ പിന്തുടർന്നു. രാത്രിവണ്ടിയുടെ ചിന്നംവിളി അകലെയെങ്ങുനിന്നോ അവന്റെ കാതിൽ മുഴങ്ങി. ആശുപത്രി മതിലിനപ്പുറത്തെ റെയിൽപ്പാളത്തിലേക്ക് അവന്റെ കാലുകൾ നീണ്ടു. തീവണ്ടിയുടെ വേഗതയിൽ ഭൂമിയുടെ ഞരമ്പുകൾ വിറകൊണ്ടു.

പെട്ടെന്ന്, ആരോ അവന്റെ വഴി തടഞ്ഞു നിന്നു. ആകാശത്തോളം ഉയരവും കരിവീട്ടിയുടെ നിറവും കാട്ടെരിക്കിൻ പൂവിന്റെ ഗന്ധവുമുള്ള ഒരു സ്ത്രീരൂപം. ഭൂഗർഭത്തിൽനിന്നും മുഴങ്ങിയുയരുന്ന ഒരു ശബ്ദം അവനെ വിഴുങ്ങി. അവൾ പറഞ്ഞു. "ഞാൻ കുളിരി... നിന്റെ അമ്മ... അവസാനത്തെ അടയാളമാക്കുവാൻ നിന്നെ ഭൂമിക്കുമേൽ ഉപേക്ഷിച്ചു പോയവൾ."

അവന്റെ സിരകൾ ത്രസിച്ചു. ആകാശം പോലുള്ള അവളുടെ അടി വയറ്റിൽ അവൻ ചുംബിച്ചു. അവളുടെ മുല ചുരന്നു. ഒരു കടലോളം മുല പ്പാൽ അവൻ കുടിച്ചിറക്കി.

അവൾ പറഞ്ഞു: "നീ പിതൃഭൂമിയിലേക്ക് തിരിച്ചുപോകുക. വീണ്ടെ ടുപ്പിന്റെ ദിവസം സമാഗതമായിരിക്കുന്നു. തകർക്കപ്പെട്ട ഭാഷകളും ദേശ ങ്ങളും പുനഃസ്ഥാപിക്കപ്പെടും. പ്രവചനങ്ങളുടെ പൊള്ളത്തരങ്ങൾക്കു മേൽ ജനങ്ങളുടെ ഉത്സവം കൊടിയേറും.

അന്ന് കാട്ടുമരക്കൊമ്പുകളുരഞ്ഞ് കാടകങ്ങൾക്കു തീപിടിക്കും. അത് വിമോചനത്തിന്റെ അടയാളമാണ്. നീ അവസാനത്തെ കുരുതി മൃഗവും. നിന്റെ ചോരയിൽ മരിച്ചോരുടെ കുന്ന് വിശുദ്ധീകരിക്കപ്പെടും. അതുവ രെ, അവസാനത്തെ അടയാളമായി നീ അവിടെ ഉണ്ടാവണം. കാടക ങ്ങളിൽ തുടിമുഴങ്ങുമ്പോൾ കുളിച്ചൊരുങ്ങി കുരുതിക്കു തയ്യാറാവുക. ഞങ്ങൾ വരും. നിന്റെ അമ്മയും സഹോദരങ്ങളും നിർമ്മലേട്ടത്തിയും."

അനന്തന്റെ മുന്നിൽനിന്ന് കറുപ്പിന്റെ തിരമാലകൾ ചെറുതായിച്ചെ റുതായി വന്നു. അവന്റെ കാഴ്ചകളിൽ അതിരുകൾ മാഞ്ഞ ഭൂപടങ്ങൾ തെളിഞ്ഞു വന്നു. അവന്റെ കാലുകളെ പിന്തുടർന്ന ചുഴലിക്കാറ്റ് അവനെ വട്ടം ചുഴറ്റി ആകാശത്തേക്കുയർത്തി.

വിമോചനത്തിന്റെ അടയാളങ്ങൾ തേടി അവൻ ഭൂമിക്കു മേൽ പാറി നടന്നു.

മരംകൊത്തി

കൊമരൻ നല്ല തടിപ്പണിക്കാരനായിരുന്നു. ഒത്ത ശരീരം. നല്ല കിളരം, കരിവീട്ടിയുടെ നിറം, ഉറച്ച മാംസപേശികൾ, അതിനേക്കാളേറെ ആത്മധൈര്യം, ഏതുവന്മരവും ഒറ്റനോട്ടത്തിൽ തിരിച്ചറിയാനും അതിന്റെ കാതലും കടുപ്പവും കണ്ടെത്താനും കൊമരൻ ബഹുമിടുക്കനായിരുന്നു. അതുകൊണ്ട് കൊമരന് മരംകൊത്തി എന്നൊരു ഓമനപ്പേരും കിട്ടി.

ആകാശംമുട്ടെ ഉയരമുള്ള മരങ്ങളുടെ തുഞ്ചത്തുവരെ നിർഭയം കൊമരൻ കയറിപ്പോകും. തീരെമെല്ലിച്ച ശിഖരങ്ങളിലൂടെപ്പോലും ഒരു അണ്ണാറക്കണ്ണന്റെ തഞ്ചത്തോടെ ഓടി നടക്കും. ഇടിവെട്ടേറ്റും കാറ്റത്തു ചാഞ്ഞും മലവെള്ളത്തിൽ കടപുഴകിയും അപകടകരമാം വിധം നിലകൊ ള്ളുന്ന വൻ മരങ്ങളിൽപ്പോലും ഒരു മുറുക്കാൻ ചവയ്ക്കുന്ന ലാഘവ ത്തോടെ കയറിച്ചെന്ന്, ഇടമുറിച്ചുതള്ളി, അതിനു മുകളിലിരുന്നു ഊണും ഉറക്കവും കഴിഞ്ഞേ കൊമരൻ തിരിച്ചിറങ്ങാറുള്ളൂ. അതാണ് കൊമരന്റെ ഒരു ശീലം. കാഴ്ചയിൽ കടുപ്പക്കാരനാണെങ്കിലും കൊമരൻ ഉള്ളിൽ സ്നേഹമുള്ളവനാ. ഒറ്റംതടി. പണിയിടങ്ങളിൽ നിന്നു കിട്ടുന്ന കഞ്ഞിയും പുഴുക്കും പിന്നെ ഒരു കെട്ട് വെറ്റില, അടയ്ക്ക, മറ്റ് അനു സാരികൾ, വൈകിട്ടായാൽ ഒരു കാക്കക്കൂലി. പിന്നെ നാലുകോപ്പ അന്തി ക്കള്ള്. അത്രയേ കൊമരന് വേണ്ടൂ.

കൊമരൻ, ഒറ്റയാനാണെങ്കിലും ഉള്ളിൽ സ്നേഹമുള്ളോനാ അതോ ണ്ടല്ലേ പാർവ്വതിയമ്മയ്ക്ക് ഒരു ജീവിതം കൊടുത്തത്. ഏതോ കിഴവൻ നമ്പൂതിരി വേളികഴിച്ച് ചെറുപ്പത്തിലേ വിധവയാകേണ്ടിവന്ന പാർവ്വതിയെ വടക്കേടത്തെ ഇല്ലത്തിന്റെ തടവറയിൽനിന്നും മോചിപ്പിച്ചത് കൊമര നല്ലേ. അതുകൊണ്ടല്ലേ കൊമരന് നാടും വീടും വിട്ട് കിഴക്കൻ മലകളി ലേക്ക് പലായനം ചെയ്യേണ്ടിവന്നത്. ഓർക്കുമ്പോ എല്ലാം ഇന്നലെ കഴി

ഞ്ഞതുപോലെ.

വടക്കേടത്ത് തറവാടിന്റെ ഉച്ചിയിലേക്ക് നിലം പൊത്താറായി നിന്ന ഒരു ഒറ്റമരം മുറിക്കാൻ കാരണവർ നമ്പൂതിരി ഒരുപാടു മരംവെട്ടുകാരെ കൊണ്ടുവന്നു. അകംപൊള്ളയായ ഒറ്റമരം ഇട മുറിച്ചുതള്ളാൻ ആരും ധൈര്യപ്പെട്ടില്ല. ഒടുവിൽ ആ ദൗത്യം മരംകൊത്തി കൊമരന്റെ ശിരസ്സിൽ വന്നുപതിച്ചു.

തറവാടുകാരണവർ ആനവക്കയുടെ വലിപ്പമുള്ള വടവും പത്തറു പത് തടിമാടന്മാരെയും കൂട്ടിനിന്നു. കൊമരൻ ആനയുടെ തലയെടുപ്പോടെ വന്നു മരം കണ്ടു. മരമൊന്നു വട്ടം ചുറ്റി. പിന്നെ മരത്തിൽ തൊട്ടുവന്ദിച്ചു. മുകളിലേക്ക് നോക്കി. ശിഖരങ്ങളില്ല. ഇലച്ചാർത്തില്ല. അവസാനമില്ലാതെ ആകാശത്തിന്റെ ഹൃദയവും തുളച്ച് പോകുന്ന ഉയരം. കൊമരൻ തല യിൽ കെട്ടിയിരുന്ന തുവർത്തഴിച്ച് മരത്തിനു വട്ടം ചുറ്റിപ്പിടിച്ചു. പിന്നെ ഒരു കുതിപ്പ് രണ്ട്... മൂന്ന്... നാല് കൊമരൻ ഉയരങ്ങളിലേക്ക്.

താഴെ നമ്പൂതിരിയും നാട്ടുകാരും അന്തംവിട്ടുനിന്നു

കൊമരാ, വടം വേണ്ടേ?

കൊമരൻ ചോദ്യങ്ങൾക്കൊന്നും മറുപടി പറഞ്ഞില്ല. പോടുകണ്ടെ ത്താൻ വട്ടം ചുറ്റുന്ന മരംകൊത്തികണക്കെ, അയാൾ വട്ടം ചുറ്റിച്ചുറ്റി മേല്പോട്ടു പോയി. അരയിലെ ഒറ്റത്തോർത്തിനടിയിൽ ഒരു ചെറിയ കൈക്കോടാലിമാത്രം ഒന്നിളകിക്കൊണ്ടിരുന്നു.

കാരണവരും നാട്ടുകാരും തറവാട്ടിലെ പെണ്ണുങ്ങളുമെല്ലാം ശ്വാസമ ടക്കിപ്പിടിച്ച് ആ കാഴ്ച കണ്ടുനിന്നു.

പതുക്കെപ്പതുക്കെ കൊമരൻ കാഴ്ചകൾക്കും അപ്പുറത്തായി. ഒറ്റ മര ത്തിന്റെ കണ്ണെത്താത്ത ഉയരങ്ങളിൽ ആ മരംകൊത്തി അപ്രത്യക്ഷമായി. പിന്നെ തെല്ലുനേരം ഒച്ചയില്ല. അനക്കമില്ല. ഏറെസമയം കഴിഞ്ഞ് കുറെ പരുന്തിൻ മുട്ടകൾ മാത്രം ചിതറിഞ്ഞെറിച്ചു.

പിന്നെയും ഏറെക്കഴിഞ്ഞ് ആകാശത്തിന്റെ അനന്തതയിൽനിന്നും ഊളിയിട്ടുവരുന്ന ഒരു ഉൽക്ക കണക്കെ ഒറ്റമരത്തിന്റെ ഉച്ചിമുറിഞ്ഞു നിലം പതിച്ചു.

പൊട്ടിച്ചിതറിയ പച്ചമരച്ചീളും ഉയർന്നു പൊങ്ങിയ പൊടിപടലങ്ങളും ഒട്ടൊന്നടങ്ങിയപ്പോൾ അവർ മേല്പോട്ടു നോക്കി.

കെട്ടുപൊട്ടിപ്പോയ പായ്മരം കണക്കെ കാറ്റിൽ കിഴക്കും പടി ഞ്ഞാറും ചുംബിക്കുന്ന ഒറ്റമരം ഉച്ചിയിൽ കൈപിടിക്കാൻ ഒരു ചില്ലക്ക മ്പുപോലുമില്ലാതെ കൊമരൻ...

പരദേവതകളേ... കാത്തോളണേ... കാരണവർ പ്രാർത്ഥിച്ചു. സ്ത്രീകൾ തലതാഴ്ത്തി നിന്നു. കൂട്ടത്തിൽ പാർവ്വതി മാത്രം രാമനാമം ചൊല്ലി മിഴികളടച്ചു.

കൺമിഴിച്ചപ്പോൾ ആട്ടം നിലച്ച ഒറ്റമരത്തിന്റെ ഉച്ചിയിൽ കാലുകളാ ട്ടിയിരുന്ന് ഒന്നും സംഭവിക്കാത്തതുപോലെ ബീഡിവലിച്ച് വിശ്രമിക്കുന്ന കൊമരൻ.

പിന്നെ ഒറ്റമരത്തിന്റെ ഇടമുറിച്ച് തറവാടിനുപുറത്തേക്ക് വീഴാതെ ഇടംകൈകൊണ്ടു ദൂരേക്ക് തള്ളിമാറ്റി പതിയെപ്പതിയെ താഴേക്കു വന്നു. ഒടുവിൽ ഒറ്റമരത്തിന്റെ കടയ്ക്കൽ കൊമരന്റെ കോടാലി വീണപ്പോൾ ആളുകൾ ആർപ്പുവിളികളോടെ കൊമരനെ പ്രോത്സാഹിപ്പിച്ചു. മരത്തിന്റെ കടമുറിച്ചു തള്ളി കോവിലത്തെ അടുക്കളയുടെ പുറംതിണ്ണയിൽ ഊണി നിരിക്കുമ്പോൾ അയാളുടെ തഴമ്പു പടർന്ന കൈവെള്ളയിലേക്ക് മോരൊ ഴിച്ചുകൊടുത്തുകൊണ്ട് പാർവ്വതി കൊമരനെ അടുത്തുകണ്ടു ഒരുതരം ആരാധനയോടെ.

വിയർപ്പിറ്റിച്ചു നില്ക്കുന്ന നെറ്റി. ഉരുണ്ടുപെരുത്ത് ദൃഢമായ മാംസ പേശികൾ. കരിവീട്ടിയുടെ നിറം. നിഷ്കളങ്കമായ ചെറിയ കണ്ണുകൾ. പാർവ്വതിയുടെ ഹൃദയത്തിലെ ഇളംകൊമ്പിൽ ഒരു കാറ്റുലഞ്ഞു.

കൊമരന് പിന്നെയും പിന്നെയും കോവിലകത്തേക്കു ചെല്ലേണ്ടിവന്നു. മുറിച്ചിട്ട മരത്തിന്റെ പോള ചെത്താനും, പാഴ്മരങ്ങളുടെ ശിഖരം കോതാനും മറ്റുമായി പലതവണ. ഓരോ വരവിനും പാർവ്വതി പുറംതി ണ്ണയിൽ അയാൾക്ക് ചോറുവിളമ്പി. അപ്പോഴൊക്കെ അവന്റെ നിഷ്കള ങ്കമായ കണ്ണുകൾ തന്റെ മാറിടത്തിൽ കാട്ടുന്ന കുസൃതികൾ അവൾ കണ്ടില്ലെന്നു നടിച്ചു.

ഒടുവിൽ കോവിലത്തെ പണികളെല്ലാം പൂർത്തിയാക്കുന്ന ദിവസം ഉച്ചയ്ക്ക് ഊണിനിരിക്കുമ്പോൾ പാർവ്വതി ആദ്യമായി കൊമരന് മുന്നിൽ മനസ്സു തുറന്നു.

"പണിയൊക്കെ തീർന്നാച്ചാ, ഇന്നുതന്നെ പോവുല്ല്യേ?"

"ഉം..." വലിയ ഒരുരുളച്ചോറ് അണ്ണാക്കിലേക്കിട്ടുകൊണ്ട് അവൻ ഒന്നിരുത്തിമൂളി.

"എവിടേക്കാവും അടുത്ത യാത്ര?"

അവളുടെ ചോദ്യത്തിന് അല്പനേരം അവൻ മറുപടിയൊന്നും പറ ഞ്ഞില്ല. പിന്നെ തലയുയർത്തി അവളുടെ മുഖത്തേക്കു തറപ്പിച്ചു നോക്കി ചോദിച്ചു.

"എന്താ പാറോതിക്കുട്ടീ പോർന്നോ?"

പാർവ്വതി ഒരു നിമിഷം ഒരു കൊടുംകാറ്റിലെന്ന പോലെ ആടിയുല ഞ്ഞു. അപ്പോഴും നിഷ്കളങ്കമായി ചിരിച്ചുകൊണ്ട് കൊമരൻ പറഞ്ഞു.

"ന്റെപ്പം വന്നാ തമ്പ്രാട്ടിക്കുട്ടിക്ക് മരംകേറ്റം പഠിക്കാം, ന്തേ?"

പാർവ്വതി നിന്ന നില്പിൽ അങ്ങനെ തന്നെ കുറേനേരം നിന്നു. പിന്നെ മെല്ലെ അടുക്കളയിലേക്കു നടന്നു. കൊമരൻ കൈവിരലുകൾ നക്കി തുടച്ച് ഊണ് മതിയാക്കി എഴുന്നേറ്റു.

അന്നു വൈകിട്ട് കൊമരൻ കോവിലകത്തിന്റെ പടിപ്പുര കടക്കു മ്പോൾ പിന്നിൽ ഒരാളനക്കം കണ്ടു തിരിഞ്ഞു നോക്കി. നേരിയ ഇരുട്ടു വീണുതുടങ്ങിയിരുന്നതിനാൽ ആളെ വ്യക്തമായില്ല.

"ആരാദ്?"

പെട്ടെന്ന് അവൾ മറുപടി പറഞ്ഞു

"ഞാനാ, പാർവ്വതി. എന്നോട് ഇന്നുച്ചയ്ക്ക് ചോദിച്ചത് സത്യായിട്ടാ?"

"എന്നത്?"

"കൂടെപ്പോരുന്നുണ്ടോന്നു ചോദിച്ചത്." അവൾ ധൈര്യം സംഭരിച്ച് പറഞ്ഞു.

"ആണെങ്കിൽ?" ഒരു കൂസലുമില്ലാതെ കൊമരന്റെ മറുചോദ്യം.

"എങ്കി... എങ്കി... ഞാനും വരണുണ്ട്..." ഉറച്ചതും വ്യക്തവുമായ ശബ്ദത്തിൽ പാർവ്വതി പറഞ്ഞു.

കൊമരൻ കുറച്ചുനേരം അവളെത്തന്നെ നോക്കിനിന്നു. പിന്നെ വെറ്റി ലക്കറയുള്ള പല്ലുകൾ കാട്ടി ചിരിച്ചു. അപ്പോഴാണ് പാർവ്വതിയുടെ ഉള്ളം തണുത്തത്.

പിന്നെ കൊമരൻ ഒന്നും പറഞ്ഞില്ല. പിന്തിരിഞ്ഞുനോക്കാതെ അവൻ മുന്നോട്ടുനടന്നു. അവന്റെ നിഴൽപറ്റി അവളും.

അങ്ങനെയാണ് കൊമരൻ കിഴക്കൻ മലകളിലേക്ക് കുടിയേറിയതും ഒരു മരംകൊത്തിയായി രൂപാന്തരം പ്രാപിക്കുന്നതുവരെയുള്ള സംഭവ ബഹുലമായ ജീവിതം ആരംഭിക്കുന്നതും.

കിഴക്കൻ മലകളിലെ കൂപ്പ് ലേലത്തിനെടുത്ത നസ്രാണികളുടെ കങ്കാ ണിയായിരുന്ന വിക്രമൻനായരാണ് കൊമരനെയും പാർവ്വതിയെയും ഇങ്ങോട്ടേക്ക് കൂട്ടിക്കൊണ്ടുവന്നത്. കീഴ്ജാതിക്കാരന്റെ കൂടെ ഇറങ്ങി പ്പോയ ഒരുമ്പെട്ടോളെ കോവിലകം പടിയടച്ച് പിണ്ഡം വച്ചെങ്കിലും തമ്പ്രാ ക്കളുടെ കലിയടങ്ങിയിരുന്നില്ല. എന്തും സഹിക്കാൻ തയ്യാറായി കൊമരൻ നെഞ്ചുവിരിച്ചു നിന്നെങ്കിലും പാർവ്വതിക്ക് പേടിയായിരുന്നു. എന്തും ചെയ്യാൻ മടിക്കാത്ത അമ്മാവന്മാരെക്കുറിച്ച് അവൾക്ക് ഉള്ള് കിടുങ്ങുന്ന ഓർമ്മകളുണ്ടായിരുന്നു. അങ്ങനെ അവളുടെ നിർബ്ബന്ധത്തിനു വഴങ്ങി ഒടുവിൽ കൊമരൻ വിക്രമൻനായരുടെ സഹായം തേടുകയായിരുന്നു.

കിഴക്കൻ മലയിലെത്തിയതോടെ പാർവ്വതിയുടെ ഉള്ള് തണുത്തു. കൂപ്പ് ലേലത്തിനെടുത്തുള്ള തടിവെട്ടാണെങ്കിലും ഒപ്പം കള്ളത്തടി വെട്ടും തകൃതിയായി നടന്നിരുന്നു. മരം മുറിക്കാനും അളവെടുക്കാനും ശിഖരം കോതാനും പോളചെത്താനും തോൽച്ചുമടിനും മറ്റുമായി ഏതാണ്ട് പത്ത റുപത് ജോലിക്കാരുണ്ടായിരുന്നു അവിടെ. കൂപ്പിന്റെ ഏതാണ്ട് ഒരു കിലോ മീറ്റർ താഴെവരെയേ വണ്ടി ചെല്ലൂ. അവിടെ വരെ കട്ടത്തടിയിട്ടും ആന യെക്കൊണ്ട് വലിപ്പിച്ചുമൊക്കെയാണ് തടി എത്തിക്കുക. പണിക്കാരും അവരുടെ കുടുംബവും കാട്ടുകമ്പുകൾ കൊണ്ടു ചെറിയ ചെറിയ കുടി ലുകൾ കെട്ടി പാർപ്പുറപ്പിച്ചതോടുകൂടി ഒരു ചെറുഗ്രാമം തന്നെ ആ കൂപ്പി നുള്ളിൽ രൂപംകൊണ്ടു. കാട്ടുപുല്ലുമേഞ്ഞ ഒരു കൊച്ചുകുടിൽ കൊമ രനും പാർവ്വതിക്കും സ്വന്തമായി. അവിടെ പാർപ്പുറപ്പിച്ചതോടുകൂടി അവർക്കിടയിൽ സന്തോഷങ്ങൾക്കിടം കിട്ടി. പാർവ്വതിയുടെ ജീവിത ത്തിനും ഒരു സുരക്ഷിതത്വം കിട്ടി.

കാവൽപ്പുരയിൽനിന്നും രാവിലെ അഞ്ചുമണിക്കുതന്നെ കങ്കാണി നായരുടെ കൂവലുയരും. അതോടെയാണ് കൂപ്പിലെ ദിനചര്യകൾ തുട

ങ്ങുന്നത്. കങ്കാണിനായരുടെ കൂവലിനൊപ്പം എല്ലാ കുടിലുകളിലും റാന്ത ലുകൾ തെളിയും. കിഴക്കൻ മലനിരയാകെ അപ്പോൾ മഞ്ഞുവീണു കിട ക്കുകയായിരിക്കും. ആ മഞ്ഞുപാളികൾക്കിടവഴി ചെറുചെറു റാന്തൽ വെളിച്ചങ്ങളായി ആണുങ്ങൾ കാടകങ്ങളിലേക്കു കയറും. തായ്ത്തടി നോക്കി കാതൽമൂപ്പുള്ള മരങ്ങൾ തിരിച്ചറിയാനും ശിഖരം കോതാനു മുള്ള സംഘത്തിന്റെ തലവൻ കൊമരനായിരിക്കും. ഓരോ ദിവസവും രാവിലെ കൊമരൻ കാട്ടിലേക്ക് പുറപ്പെടുമ്പോഴും പാർവ്വതിയമ്മ പ്രാർത്ഥി ക്കും.

"ന്റെ തൃപ്പംകോട്ടപ്പാ കാത്തോൾണെ."

വൈകുന്നേരങ്ങളിൽ ക്ഷീണിച്ചുപരവശനായി വന്നുകയറുന്ന കൊമരന്റെ തലയ്ക്കു മുകളിൽ അവൾ ഉപ്പും മുളകുമുഴിഞ്ഞ് അടുപ്പി ലിടും.

"ത്തെന്നതാ പാറോതീ, നീയിക്കാട്ടണെ." ചിലപ്പോഴൊക്കെ കൊമരൻ ക്ഷോഭിക്കും.

"കണ്ണ് പറ്റാണ്ടിരിക്കാനാ, ഓരോരോ.. വല്യ മരത്തിന്മേല് കേറണാ ളല്ല്യോ."

കൊമരൻ അവളുടെ മണ്ടത്തരങ്ങൾക്ക് ചെവി കൊടുക്കാതെ കാട്ട രുവിയിലേക്കിറങ്ങും. ഒരു മുങ്ങിക്കുളി. പിന്നെ കാവൽപ്പുരയ്ക്കുള്ളിൽ കങ്കാണിനായരുടെ നേതൃത്വത്തിൽ നല്ല നാടൻവാറ്റു ചാരായവുമായി ഒരു വെടിവട്ടം.

"ആ കങ്കാണിനായരാ ഈ ആണുങ്ങളെയൊക്കെ പെഴപ്പിക്കുന്നത്."

"തന്നെ തമ്പ്രാട്ടീ.. ഏതാണ്ട് വെഷങ്ങളൊക്കെ കലക്കിക്കൊടു ത്തിട്ട്... കുടിച്ചുവന്നാപ്പിന്നെ പെരേലേ ആള് എന്നാ ചീത്തേം തെറീം ആണെന്നറിയാവോ.

വാളു പിടുത്തക്കാരൻ കൊച്ചാപ്പുന്റെ ഭാര്യ പാർവ്വതിയുടെ അഭിപ്രാ യത്തെ പിന്താങ്ങും.

കോവിലകത്തിന്റെ തടവറവിട്ടിറങ്ങുമ്പോൾ വിളർത്തു മെലിഞ്ഞ ഒരു മലപ്പാറ്റയുടെ രൂപമായിരുന്നു പാർവ്വതിക്. ഇന്നിപ്പോൾ ശിഖരങ്ങൾ വീശി, ചില്ലകൾ തളിർത്ത് ഒരു പൂമരംപോലെ വെയിൽ നാളങ്ങളിലേക്ക് പത്രശാഖികൾ നീട്ടി അവൾ നില്ക്കുകയാണ്. ഒന്നു തൊട്ടാൽ മതി. പൂത്തുലയാൻ പാകത്തിൽ.

പക്ഷേ, കൊമരൻ അവളെ തൊട്ടില്ല. ആദ്യ ദിവസങ്ങളിലൊക്കെ അവന് അവളോടടുക്കാൻ പേടിയായിരുന്നു. കോവിലകത്തെ തമ്പ്രാട്ടി ക്കുട്ടിയെ കട്ടോണ്ടുവന്നു പെഴപ്പിക്കുന്നതിന്റെ ഭയം. പിന്നെ ഒരിക്കൽ അതിനുള്ള ശ്രമം നടത്തിയതാകട്ടെ വാറ്റുചാരായത്തിന്റെ ബലത്തിലും.

പക്ഷേ, പാർവ്വതിക്ക് അത് പറ്റാത്തതായിരുന്നു. അയാൾ അടുത്ത ത്തിയപ്പോഴേ അവൾക്ക് ഓക്കാനം വന്നു. പിന്നെ കൊമരൻ അങ്ങനെ യൊരു സാഹസത്തിന് മുതിർന്നതേയില്ല. പകരം കാവൽപ്പുരയിൽ വാറ്റു ചാരായം മോന്തി രാവേറുവോളം ഇരിക്കും. അതായി പതിവ്.

പാർവ്വതിയുടെ വിചാരങ്ങൾ തന്നെയായിരുന്നു മറ്റുള്ളോർക്കും.

"ന്റെ റബ്ബേ... ഞമ്മക്ക് ഇതൊക്കെ ഹറാമാണ്. പക്ഷേലു പടച്ചോൻ ബിചാരിക്കാണ്ട് നിർത്താമ്പറ്റ്യോ?"

ഹംസേടെ ഭാര്യ പാത്തുമ്മ എല്ലാം പടച്ചോനു സമർപ്പിക്കും.

"ബേലചെയ്തു കൊഴഞ്ഞ് വർമ്പം ഇത്തിരി സന്തോഷത്തിനല്ലേ്യാ. മേലുവേദനയ്ക്ക് നല്ലതാണെന്നാണ് അവിടുള്ളാളു പറേണത്. അടീം ബഴക്കും ഒന്നുല്ലല്ലോ പിന്നെന്തിനാണെന്ന് നമ്മള് തലയിടണത്."

കൂട്ടത്തിൽ ഏറ്റവും മുതിർന്ന ദേവകിയമ്മയുടെ അഭിപ്രായം അതാണ്. ഒടുവിൽ എല്ലാരും അതങ്ങു സമ്മതിക്കും.

എങ്കിലും പാർവ്വതിയുടെ ഉള്ളിൽ ഒരു കനലു കിടന്ന് നീറും. കാട്ടി റച്ചിയുടെ ചൂരും വാറ്റുചാരായത്തിന്റെ മണവും ഒന്നും അവൾക്കിഷ്ടമല്ല. തറവാടിന്റെ തടവറയിലാണെങ്കിലും അവളും ഒരു നമ്പൂതിരിപ്പെണ്ണായി രുന്നില്ലേ. പിന്നെങ്ങനെയാ ഇതിനോടൊക്കെ പൊരുത്തപ്പെടാൻ പറ്റുക.

മാത്രവുമല്ല അവളുടെ ഉള്ളിലെ തേങ്ങലിന് പിന്നെയും അർത്ഥങ്ങ ളുണ്ടായിരുന്നു. ഈ മലയിലെത്തിയിട്ട് വർഷം രണ്ട് പിന്നിടുന്നു. ഒരു കുഞ്ഞിക്കാല് കാണാനുള്ള ഭാഗ്യം ഇതുവരെ അവൾക്കു ലഭിച്ചില്ല. കൊമരൻ എപ്പോഴും മരങ്ങളോടു സല്ലപിച്ചും. കാട്ടിലൂടെ അലഞ്ഞും സമയം പോക്കി. രാത്രിയായാൽ മൂക്കറ്റം വാറ്റുചാരായം മോന്തിയാണ് കുടിലിലെത്തുക. വന്നപാടേ നിലത്തേക്ക് വെട്ടിയിട്ടപോലെ വീഴും. വല്ലതും കഴിച്ചാലായി കഴിച്ചില്ലെങ്കിലായി.

പാർവ്വതി തനിച്ച് കാട്ടുമുളകൾ വരിഞ്ഞുകെട്ടിയ പുല്ല് വിരിച്ച കട്ടി ലിൽ തിരിഞ്ഞും മറിഞ്ഞും കിടക്കും. വാറ്റുചാരായത്തിന്റെ രൂക്ഷഗന്ധം മാത്രമല്ല അയാളുടെ ശരീരത്തിലെ വിയർപ്പിനുപോലും കാട്ടുതടിയുടെ മുശടായിരുന്നു. മടുപ്പിക്കുന്ന ഒരു ഗന്ധം. അതുകൊണ്ടുതന്നെ പാർവ്വ തിക്ക് അയാൾക്കൊപ്പം ശയിക്കാൻ മനസ്സുവന്നുമില്ല. കൊമരൻ അതിന വളെ ഒട്ടു നിർബ്ബന്ധിച്ചതുമില്ല.

രാത്രിയുടെ ഏതോ യാമങ്ങളിൽ കാടകങ്ങളിൽനിന്നുയരുന്ന പക്ഷി കളുടെ കുറുകൽ അവളുടെ മനസ്സിനെ ഭ്രമിപ്പിച്ചിരിക്കണം. എങ്കിലും പാർവ്വതി അങ്ങനെയൊക്കെ ചെയ്യുമെന്ന് ആരും പ്രതീക്ഷിച്ചിരുന്നില്ല.

പ്രതീക്ഷിക്കാത്തതൊക്കെയാണല്ലോ പലപ്പോഴും ജീവിതത്തിൽ സംഭവിക്കുന്നത്. കൊമരന്റെയും പാർവ്വതിയുടെയും ജീവിതത്തിൽ സംഭ വിച്ചതും അതുതന്നെയായിരുന്നു.

ഒരു ദിവസം രാവിലെ, കാതലുള്ള മരങ്ങൾ തെരഞ്ഞുപിടിച്ച് അട യാളം കൊത്താൻ ഇറങ്ങിയതായിരുന്നു കൊമരൻ. മരങ്ങളുടെ മൂപ്പ് നോക്കി കൈക്കോടാലികൊണ്ട് കൊത്തി അടയാളമിട്ടുപോന്ന പോക്കിൽ പുല്ലിൽ ചവുട്ടി അയാളുടെ കാലൊന്നു വഴുക്കി. നോക്കുമ്പോൾ പുല്ലു നിറച്ച് ചോര കുമിഞ്ഞുകിടക്കുന്നു. തൊട്ടടുത്ത തകരപ്പൊന്തയിലും രക്തം ചിതറി വീണിട്ടുണ്ട്.

കാട്ടുപന്നി പടക്കം കടിച്ചിരിക്കുന്നു. അയാളുടെ മനസ്സിൽ ആഹ്ലാദം

നുരഞ്ഞുപൊങ്ങി. ഒരുപാട് നാളായി അവൻ തന്നെ കബളിപ്പിച്ചു നടക്കു ന്നു. ഇന്ന് പണി പറ്റീരിക്കുന്നു. കൊമരൻ രക്തം കണ്ട വഴിത്താരനോക്കി മുന്നോട്ടു നടന്നു.

കാട്ടുപൊന്തകളിൽ രക്തം ചിതറി വീണിട്ടുണ്ട്. കൈക്കോടാലി കൊണ്ട് അടിക്കാടുകൾ കൊത്തിമാറ്റി കൊമരൻ മുന്നേറി. പുല്ലാന്നിയും കാട്ടുതകരയും വളർന്നുപടർന്ന കാടിന്റെ ഓരം പറ്റി നരിനിരങ്ങിമലയുടെ തെക്കേച്ചെരിവിലായി ഒരടയാളം കിട്ടി. ഒരു ചെവിയുൾപ്പെടെ തകർന്ന തലയുടെ ഒരു ഭാഗം. അപ്പോഴും ആ ഒറ്റ ചെവിയുടെ നേരിയ വിറയൽ വിട്ടുമാറിയിരുന്നില്ല. പക്ഷേ, ചോരത്തുള്ളികൾ അവിടം കൊണ്ട് അവ സാനിച്ചിരിക്കുന്നു. അതിനാൽ ദൂരെക്കെങ്ങും പോകാൻ സാദ്ധ്യതയില്ല. അയാൾ ചുറ്റും പരതി. വടക്കോട്ടുള്ള പൊന്തപ്പടർപ്പുകൾ ആരോ ചവുട്ടി ത്താഴ്ത്തിയതുപോലെ താഴ്ന്നുകിടപ്പുണ്ട്. ആ പൊന്തകൾക്കിടവഴി നട ന്നാൽ എത്തിപ്പെടുക വെയിൽ കാണാപ്പാറയിലാണ്. പൊന്തക്കാടുക ളാൽ ചുറ്റപ്പെട്ട കൂറ്റൻ പാറക്കെട്ടാണവിടം. അവിടന്നങ്ങോട്ട് കാട്ടുപോ ത്തുകളുടെ വിഹാരരംഗമാണ്. കൊമരൻ പൊന്തക്കാടുകൾ വകഞ്ഞു മാറ്റി അല്പംകൂടി മുന്നോട്ടു നടന്നപ്പോൾ താഴെ വെയിൽ കാണാപ്പാറ യ്ക്കടിവശം ഒരനക്കം കണ്ടു. തല തകർന്ന പന്നിയുടെ അവസാനത്തെ പിടച്ചിലാകണം. കൊമരൻ തുവർത്ത് അരയിൽ മുറുക്കിക്കെട്ടി കൈക്കോ ടാലിയുടെ പിടിയിൽ കൈകളമർത്തി.

കാട്ടുപന്നി അപകടകാരിയാണ്. പടക്കം കടിച്ച പന്നിയാകട്ടെ അതി ലേറെ അപകടകാരിയും. അതുകൊണ്ടുതന്നെ സൂക്ഷിച്ചുവേണം അതി നോടിടപെടാൻ. കൊമരൻ തന്റെ പഞ്ചേന്ദ്രിയങ്ങളെയും പ്രവർത്തനനി രതമാക്കി. പിന്നെ ഒച്ചയനക്കങ്ങളൊന്നുമില്ലാതെ സാവധാനം കാൽപ്പട ങ്ങളെടുത്തുമുന്നോട്ടുവച്ചു. കണ്ണുകൾ നാലുപാടും സഞ്ചരിച്ചു.

പെട്ടെന്ന് ചുവട്ടിലിരുന്ന കല്ലടർന്ന് കൊമരൻ മുന്നോട്ടാഞ്ഞു. തൊട്ട ടുത്ത ഒറ്റമരത്തിൽ പിടിച്ചു. അടർന്ന കല്ലിന്റെ യാത്രയ്ക്കൊപ്പം സഞ്ച രിച്ച കൊമരന്റെ കണ്ണിലേക്ക് സൂചിത്തലപ്പ് കുത്തിക്കയറുംപോലെ ആ കാഴ്ച വന്നു തറച്ചു.

ഉടുവസ്ത്രങ്ങൾ വാരിപ്പുതച്ച് കാട്ടുപൊന്തപ്പടർപ്പിൽനിന്നും ചാടി യെഴുന്നേല്ക്കുന്ന രണ്ടു മനുഷ്യരൂപങ്ങൾ.

പാർവ്വതിയും കങ്കാണിനായരും

കൊമരന് തന്റെ കണ്ണുകളെ വിശ്വസിക്കാനായില്ല.

പിന്നെ താൻ കാണുന്നത് സ്വപ്നമല്ല യാഥാർത്ഥ്യമാണെന്നു തിരി ച്ചറിഞ്ഞപ്പോൾ കൊമരൻ മുന്നോട്ടാഞ്ഞു. കൈക്കോടാലി അന്തരീക്ഷ ത്തിൽ ഉയർന്നു. പക്ഷേ, കങ്കാണിനായരുടെ മുന്നിൽ കയറിനിന്നുകൊണ്ട് പാർവ്വതി തീക്കണ്ണുകൾകൊണ്ട് കൊമരനെ ഒന്നുനോക്കി.

കൊമരൻ പിന്നെ അവിടെ നിന്നില്ല. പതിയെ പുല്ലാനിപ്പടർപ്പുകൾ ചവുട്ടിമെതിച്ച് മുന്നോട്ടുനടന്നു. അല്പദൂരം പിന്നിട്ടപ്പോൾ മുന്നിൽ ചോര ത്തുള്ളികൾ. ഏറുപടക്കം കടിച്ച പന്നിയുടെ ചോര ഞരമ്പുകളിൽനിന്ന്

അവസാനത്തെ പ്രാണനും പിടയുന്നു. കൈകാലിട്ടടിച്ച് ഒരുവശം തകർന്ന തലയുമായി പ്രാണനുവേണ്ടി പിടയുന്നു.

കൊമരൻ അവിടെനിന്നു. പിന്നെ പുറംകാലുകൊണ്ട് അതിനെ ഒന്നു മറിച്ചിട്ടു. അറ്റുപോവാറായ കഴുത്തിൽ കൈക്കോടാലി കൊണ്ടാഞ്ഞു വെട്ടി. ഉടലും തലയും വേർപെട്ട കാട്ടുപന്നി ഒന്നുകൂടി പിടഞ്ഞു. പിന്നെ നിശ്ചലം.

ഒരു നിമിഷം സ്വച്ഛന്ദമായ അതിന്റെ മരണം കണ്ടുനിന്ന ശേഷം കൊമ രൻ മലകയറി. ഇഞ്ചക്കാടുകൾ ചവുട്ടിമെതിച്ച് നരിനിരങ്ങിമലയുടെ ഓരം പറ്റി, അടയാളം കൊത്തിയ വൻമരങ്ങളെ ഒന്നൊന്നായി മനസ്സിലെണ്ണി ത്തള്ളി കൊമരൻ കിഴക്കൻ കുന്നിലെത്തുമ്പോൾ സൂര്യൻ മലഞ്ചെരുവി നപ്പുറം കൂടാരം പറ്റിയിരുന്നു.

കൊമരനു ചുറ്റും ഇരുട്ടുവന്നു മൂടി.

പിന്നീട് കൊമരനെ കാണുന്നത് കാവൽപ്പുരയ്ക്കടുത്ത് ആകാശം മുട്ടി നില്ക്കുന്ന ഒറ്റമരത്തിന്റെ കൊമ്പത്തെ ചില്ലയിലാണ്. എങ്ങനെയാണ് എപ്പോഴാണ് കൊമരൻ അവിടെ കയറിപ്പറ്റിയതെന്ന് ആർക്കും തിട്ടമില്ല.

എല്ലാവരും മാറി മാറി കൊമരനെ വിളിച്ചു. ഭീഷണിപ്പെടുത്തി, പ്രലോ ഭിപ്പിച്ചു,. യാചിച്ചു. പക്ഷേ, കൊമരൻ അതൊന്നും കേട്ടതേയില്ല. ആരു ടെയും ശ്രമങ്ങൾക്ക് കൊമരനെ തിരിച്ചിറക്കാനായില്ല. മഞ്ഞും തണുപ്പു മേറ്റ് വെയിലും മഴയുമേറ്റ് കൊമരൻ ഒറ്റമരത്തിന്റെ ഉച്ചിയിലിരുന്നു.

നാളുകൾ പോകെപ്പോകെ കൊമരൻ ക്ഷീണിച്ചുവന്നു. എല്ലാ ഋതു ഭേദങ്ങളും ശരീരത്തിലേറ്റു വാങ്ങി കൊമരൻ ചെറുതായി ചെറുതായി വന്നു. അതിശയകരമായ ആ ചെറുതാകലിനൊടുവിൽ എല്ലാവരെയും അമ്പരപ്പിച്ചുകൊണ്ട് ആ അത്ഭുതം നടന്നു.

ഒരു സുപ്രഭാതത്തിൽ കൊമരനെ അവിടെ കാണാനില്ല. അതിനു പകരം ഒരു മരംകൊത്തി അവിടെ സ്ഥാനം പിടിച്ചിരിക്കുന്നു. അതാകട്ടെ ആ മരംവിട്ട് എങ്ങോട്ടും പോകുന്നതേയില്ല. ജരാനരകൾ ബാധിക്കാതെ ഇന്നും ആ മരംകൊത്തി അവിടെത്തന്നെയുണ്ട്.

കിഴക്കൻമലയിലേക്ക് പിന്നീട് നടന്ന കുടിയേറ്റക്കാരിൽ ആരോ ഒരാൾ ആ ഒറ്റമരത്തിന് ചുവട്ടിൽ ഒരു കൽവിളക്ക് തെളിച്ചു. ഇന്നും അതവിടെ കെടാതെ കത്തുന്നുണ്ട്.

മൃഗീയം

ആകപ്പാടെ പരിക്ഷീണയായി ഒരു പെൺകുട്ടിയെ അപ്രതീക്ഷി തമായി മുന്നിൽ കണ്ടപ്പോൾ സിംഹത്തിന്റെ ഹൃദയം സന്തോഷം കൊണ്ട് ത്രസിച്ചു. ഉയരക്കുറവാണെങ്കിലും നല്ല മാംസളമായ ശരീരം. ഇളം പ്രായം. ഇരുണ്ടതെങ്കിലും ചോരതുടിക്കുന്ന ആ ശരീരത്തിൽ തന്റെ ദംഷ്ട്ര കൾ ആഴ്ന്നിറങ്ങുമ്പോൾ മുകളിലേക്ക് കുതിക്കുന്ന ആ ചോരച്ചൂ രിനെക്കുറിച്ചോർത്തപ്പോൾ സിംഹം ആവേശഭരിതനായി. എത്രനാളത്തെ കഠിനാഗ്രഹത്തിനൊടുവിലാണ് ഇങ്ങനെ ഒരു സാഫല്യമുണ്ടായിരിക്കു ന്നത് എന്നോർത്തപ്പോൾ അവന്റെ ഉള്ളിൽ ഒരു കാടിളകിവന്നു.

എങ്കിലും, വിജനവും ഭീതിദവുമായ ആ സ്ഥലത്ത് അതും ഈ വന്യ രാത്രിയിൽ ഇവളെങ്ങനെ വന്നുപെട്ടു എന്നാലോചിച്ചപ്പോൾ സിംഹത്തിന് വല്ലാത്ത അത്ഭുതം തോന്നി. എന്തായാലും ഇവിടെനിന്നും രക്ഷപ്പെടാൻ ഈ പെൺകുട്ടിക്ക് ഒരു പഴുതുമില്ലാത്തിടത്തോളം തിടുക്കം കൂട്ടാതെ അവ ളോടുതന്നെ ചോദിച്ചറിഞ്ഞിട്ടാവാം മറ്റു കാര്യങ്ങൾ എന്നു മനസ്സിലുറച്ചു കൊണ്ട്, പെട്ടെന്ന് ചാടിവീണുള്ള ഒരാക്രമണത്തിന് മുതിരാതെ സിംഹം സാവധാനം അവൾക്കരികിലേക്ക് ചെന്നു.

മുള്ളുവേലിയിൽ ചാരിയിരുന്ന് നെഞ്ചിടിപ്പ് നിയന്ത്രിക്കാൻ ശ്രമിക്കുന്ന പെൺകുട്ടി പാതിമങ്ങിയ കാഴ്ചകൾക്കിടവഴി സിംഹത്തെ ശ്രദ്ധിച്ചിരുന്നു. പക്ഷേ, ഇരുന്നിടത്തുനിന്നും ഇളകാനോ ഒച്ചയുണ്ടാക്കാനോ അവൾ മെന ക്കെട്ടില്ല. അവയവങ്ങൾകൊണ്ട് ഉടലിന്റെ നഗ്നതയെ മറച്ചുപിടിക്കാ ല്ലാതെ അവൾ മറ്റൊന്നിനും ശ്രമിച്ചില്ല. അവളുടെ ആ നിസ്സംഗത സിംഹത്തെ വല്ലാതെ ക്ഷുഭിതനാക്കി. സിംഹം മേൽച്ചുണ്ടു പിന്നിലേ ക്കാക്കി ഒരു പ്രത്യേക താളത്തിൽ വായ് പിളർത്തി അസാധാരണമാം വിധം ഒന്നു മുരണ്ടു. പെട്ടെന്ന് പകച്ചുപോയ അവൾ തെല്ലൊരു വിഭ്രാ

ന്തിയോടെ ചുറ്റും കണ്ണുകളോടിച്ച് ഒച്ചയുണ്ടാക്കരുതേ എന്ന യാചന യോടെ സിംഹത്തെ നോക്കി. തികച്ചും നിർവ്വചനാതീതമായ അവളുടെ ഭാവഭേദങ്ങൾ സിംഹത്തെ തികഞ്ഞ ആശയക്കുഴപ്പത്തിലാക്കി. തെല്ലുനേ രത്തെ ആലോചനയ്ക്കുശേഷം സിംഹം അവളോടിങ്ങനെ പറഞ്ഞു.

"കുട്ടീ നീയിപ്പോൾ എത്തിപ്പെട്ടിരിക്കുന്നത് ഒരു സിംഹത്തിന്റെ കുട്ടി ലാണ്. അതും വിശന്നു വലഞ്ഞുനില്ക്കുന്ന ഒരു സിംഹത്തിന്റെ..."

അത്രയിൽ നിർത്തി സിംഹം പെൺകുട്ടിയുടെ പ്രതികരണത്തിനു കാത്തു.

ഒരു തണുത്ത നിശ്ശബ്ദതയ്ക്കുശേഷം കാടിന്റെ ഉള്ളകങ്ങളിൽ എവി ടെയോനിന്ന് ഒറ്റപ്പെട്ടുപോയ ഒരു കാട്ടുപക്ഷിയുടെ ഭയചകിതമായ ശബ്ദ ത്തിൽ അവൾ സിംഹത്തോടു പറഞ്ഞു.

"എനിക്കറിയാം ഒരു പക്ഷേ, നീ എന്നെ ഓർമ്മിക്കുന്നുണ്ടാവും. ഇന്നു രാവിലെ ഞാൻ നിന്നെ കാണാൻ വന്നിരുന്നു. ദോ... ആ കാണുന്ന മതിലിനു പിന്നിൽനിന്നും ഒരു പഴുത്ത ഓറഞ്ച് ഞാൻ നിനക്ക് എറി ഞ്ഞുതന്നതുമാണ്."

സിംഹം ഓർമ്മയുടെ കാട്ടുപാതകളിലൂടെ ഏറെദൂരം സഞ്ചരിച്ചു തിരി ച്ചുവന്നു. ഇല്ല, ഓർമ്മയിൽ അങ്ങനെയൊരു മുഖവും തങ്ങിനില്പില്ല. കുട്ടി കൾ, മുതിർന്നവർ, തെമ്മാടികളായ ചെറുപ്പക്കാർ അങ്ങനെ എത്രയോ പേരാണ് ഓരോ ദിവസവും വന്നുപോകുന്നത്. ഇതിനിടയിൽ ഈ കുട്ടി ക്കെന്താണ് പ്രത്യേകത. ഒരു ഓറഞ്ച് എറിഞ്ഞുതന്നു എന്നതോ? മൃഗ ശാലയിലെ കാവല്ക്കാരുടെ കണ്ണുവെട്ടിച്ച് കരിങ്കൽച്ചീളുകൾ വരെ വലി ച്ചെറിയുന്ന കാഴ്ചക്കാർക്കിടയിൽ ഒന്നു മണത്തുനോക്കാൻ പോലും ഇഷ്ട പ്പെടാത്ത ഒരു ഓറഞ്ചിന് എന്താണ് പ്രസക്തി.

സിംഹത്തിന്റെ ചിന്തകൾ അങ്ങനെ കാടുകയറവെ അവൾ മുറി വേറ്റ മാനിനെപ്പോലെ പറഞ്ഞു.

"അപ്പോൾ നിന്റെ ജഡകളും ദംഷ്ട്രകളും കണ്ട് ഞാൻ വല്ലാതെ ഭയന്നുപോയിരുന്നു. മതിലിനു മുകളിൽനിന്നു താഴേക്ക് നോക്കുവാൻ പോലും എനിക്ക് പേടിയായി."

പെൺകുട്ടിയുടെ സംസാരം തന്റെ വഴിക്കായപ്പോൾ സിംഹത്തിനും ഉത്സാഹമായി.

"പിന്നെന്തേ നിനക്കിപ്പോൾ എന്നെ പേടിയില്ലാത്തത്? എന്തിനാണ് നീ ഈ മതിൽ ചാടി എന്റെ കുട്ടിലേക്ക് വന്നത്? ആരാണ് നിന്നെ പറ ഞ്ഞുവിട്ടത്? ആ നശിച്ച മൃഗശാല സൂക്ഷിപ്പുകാരനോ?"

സിംഹം തന്റെ ഉള്ളിലുള്ള സംശയങ്ങളെല്ലാം അവൾക്കു മുന്നിലേക്ക് കുടഞ്ഞിട്ടു. എന്നിട്ട് ആകാംക്ഷയോടും തെല്ലൊരീർഷ്യയോടും കൂടി അവളെ തന്നെ തുറിച്ചുനോക്കിനിന്നു. ഏറെ നേരം കഴിഞ്ഞിട്ടും അവ ളിൽനിന്നും മറുപടിയൊന്നും ഇല്ലാതെ വന്നപ്പോൾ ജഡകൾ നാലുപാ ടുമിളകുമാറ് തലയൊന്നിളക്കി മുൻകാലിൽ മൂരി നിവർന്നുകൊണ്ട് സിംഹം മുരണ്ടു.

"എനിക്കറിയാം ആ കിഴട്ടുകിഴവൻ തന്നെ. ഞങ്ങളുടെ സൂക്ഷിപ്പു കാരൻ. കാട്ടിൽ യഥേഷ്ടം മേഞ്ഞുനടന്നവരാണ് ഞങ്ങൾ. നിനക്കറി യുമോ? വിശപ്പകറ്റാനല്ലാതെ ഞങ്ങൾ ഒരു സഹജീവിയെയും കൊന്നി ട്ടില്ല ഇന്നുവരേയും. പക്ഷേ, ആ മനുഷ്യൻ ഞങ്ങൾക്കു മൃഗശാല യിൽനിന്നും നല്കുന്ന പച്ചമാംസം പോലും കട്ടെടുക്കുന്നു. വെറും മനു ഷ്യനാണയാൾ... വെറും മനുഷ്യൻ.

അതുപറയുമ്പോൾ സിംഹത്തിന്റെ കണ്ണുകൾ ക്രൗര്യത്താൽ തിള ങ്ങുകയും മുഖം നിരാശയിൽ വാടുകയും ചെയ്തിരുന്നു. ഒരിക്കലും രക്ഷ പ്പെടാനാകാത്ത അനിവാര്യമായ ഒരു ദുരന്തത്തിന്റെ ഇരയായിത്തീരേണ്ടി വന്നതിലെ ദുഃഖവും നിരാശയും അവനെ തളർത്തി. സിംഹത്തിന്റെ ധർമ്മസങ്കടം പെൺകുട്ടിയെ വല്ലാതെ വേദനിപ്പിച്ചു. ഇരകളായിത്തീർന്ന തിലെ സമാനതകൾ പങ്കിട്ടുകൊണ്ടവൾ പറഞ്ഞു.

"നീ പറഞ്ഞതൊക്കെ ശരിയായിരിക്കും. പക്ഷേ, എന്നെ ഇങ്ങോട്ടു പറഞ്ഞയച്ചതിനു പിന്നിൽ അയാളല്ല. ഞാൻ എങ്ങനെയൊക്കെയോ ഇവിടെ എത്തിപ്പെട്ടതാണ്. സത്യം."

അതുകേട്ടപ്പോൾ സിംഹത്തിന്റെ മൂക്ക് ചുവന്നു തുടുത്തു. മുഖം വലിഞ്ഞു മുറുകി. ജഡ എഴുന്നു നിന്നു.

ഇല്ല, നീ എന്നെ കള്ളം പറഞ്ഞു പറ്റിക്കാൻ നോക്കുന്നു. ഈ ഇരു ട്ടിലെവിടെയോ അയാൾ പതുങ്ങിനില്ക്കുന്നുണ്ട്. നിന്നെ ഞാൻ ഉപദ്രവി ക്കുന്ന തക്കം നോക്കി. ആ കാരണം പറഞ്ഞ് ഒന്നുകിൽ അയാൾക്കെന്നെ വെടിവെച്ചു കൊല്ലാം. അല്ലെങ്കിൽ ഈ തുറന്ന കാട്ടിൽനിന്നും ഉരുക്കു കൂടിന്റെ ഏകാന്തതയിലേക്ക് എന്നെന്നേക്കുമായി ഒതുക്കാം. കാരണം അയാൾക്കെന്നോട് അത്രയ്ക്ക് പകയുണ്ട്. എന്റെ ഭക്ഷണം കട്ടെടുത്ത തിന് ഞാൻ അയാളുടെ വലതുകൈപ്പത്തി കടിച്ചെടുത്ത് ശിക്ഷിച്ചിട്ടുണ്ട്. അതുതന്നെ കാരണം."

അതുവരെ അടക്കിപ്പിടിച്ചിരുന്ന സങ്കടം പെട്ടെന്ന് കെട്ടറുത്തതു പോലെ ഒരു കരച്ചിൽ അവളുടെ തൊണ്ടപൊട്ടിച്ച് പുറത്തുവന്നു.

"ഇല്ല ഞാനൊരിക്കലും നിന്നെ കള്ളം പറഞ്ഞ് പറ്റിക്കില്ല. ഞാൻ പറഞ്ഞതത്രയും സത്യമാണ്. അല്ലെങ്കിൽ തന്നെ എന്റെ മരണത്തിന് നിന്റെ ഒരു കുതിപ്പിന്റെ അകലം മാത്രം ബാക്കി നില്ക്കുമ്പോൾ ഞാൻ നിന്നോടെന്തിനു കള്ളം പറയണം?"

സിംഹം ക്ഷമയോടെ എല്ലാ കാട്ടുനീതികളും മറന്നുകൊണ്ട് പെൺകു ട്ടിയെ നോക്കി ഗർജ്ജിച്ചു.

"എങ്കിൽപ്പിന്നെ പറ, ആരാണ് നീ? എന്തിനിവിടെ വന്നു?"

സിംഹത്തിന്റെ ചോദ്യങ്ങൾക്ക് ഉത്തരം തേടുകയായിരുന്നു അവളും. താനാരാണ്..? എന്തിനിവിടെ വന്നു? എന്നെല്ലാം ഓർമ്മിച്ചെടുക്കാൻ ശ്രമി ക്കുകയായിരുന്നു അവളപ്പോൾ. ആകപ്പാടെ കീറിപ്പറിച്ച് കാറ്റിലെറിഞ്ഞ കടലാസുകഷ്ണങ്ങൾ പോലെ വികൃതമായ എന്തൊക്കെയോ ഓർമ്മ കൾ കൺമുന്നിൽ പാറി നടപ്പുണ്ട്. അതിൽ അമ്മ, അനിയത്തി, ഭ്രാന്ത്,

നഗരശില്പങ്ങൾ, ചന്ത്രക്കാരൻ, സി വി രാമൻപിള്ള... അങ്ങനെ പലതും ഓർത്തോർത്തുവന്നപ്പോൾ അവളുടെ നെഞ്ചുപൊട്ടി ഒരു നിലവിളി പുറപ്പെട്ടു. കൈകൾ രണ്ടും കണ്ണുകൾക്കു കുറുകെ പിടിച്ച് പെൺകുട്ടി പൊട്ടിയ മുളന്തണ്ടായി.

അവളുടെ കരച്ചിൽ കണ്ടപ്പോൾ സിംഹത്തിന്റെ ഉള്ളിൽനിന്നും ചതിയുടെ ചോരമണത്തു.

"നോക്കൂ കുട്ടീ ഒരൊറ്റക്കുതിപ്പിനു തീർക്കാനുള്ളതേയുള്ളൂ എനിക്കു നിന്നെ. പക്ഷേ നീയൊരു പെൺകുട്ടിയായിപ്പോയതുകൊണ്ട് മാത്രമാണ് ഞാനിത്രയും സമയം അനുവദിച്ചു തന്നത്. ഇന്നു നിന്റെ വിധികർത്താവ് ഞാനാണ്. എന്റെ ദംഷ്ട്രകളിൽ നിന്നൊരു മോചനം നിനക്കിനി സാദ്ധ്യമല്ല. കരഞ്ഞും കാലുപിടിച്ചും രക്ഷപ്പെടാമെന്നാണ് മോഹമെങ്കിൽ അതും നടപ്പില്ല. ഏറിയാൽ നിനക്കുവേണ്ടി എനിക്കു ചെയ്തുതരാൻ പറ്റുന്ന ഒരു സഹായം അധികം വേദനിപ്പിക്കാതെ നിന്നെ കൊന്നുതിന്നുക എന്നതു മാത്രമാണ്. പക്ഷേ, ഒരിരയുടെ അവസാന ആഗ്രഹം എന്ന നിലയ്ക്കു നിനക്കു പറയാനുള്ളതത്രയും കേൾക്കുവാൻ ഞാൻ തയ്യാറാണ്. അതിനിടയ്ക്ക് നിലവിളിക്കാനോ ബഹളം കൂട്ടാനോ ശ്രമിച്ചാൽ ഇതാ ഈ നഖങ്ങൾ നിന്റെ തുടകളിൽ കൊരുത്തുവലിക്കും. പിന്നെ എങ്ങോട്ടും നിനക്കു മോചനമില്ല."

സിംഹത്തിന്റെ ഈ ദീർഘഭാഷണങ്ങളൊന്നും പക്ഷേ, പെൺകുട്ടി ശ്രദ്ധിച്ചതേയില്ല. കരഞ്ഞും തളർന്നും കീറിപ്പറിഞ്ഞ ഒരു പഴന്തുണി പോലെ നിലംപറ്റി കിടക്കുകയായിരുന്നു അവളപ്പോൾ.

അവളുടെ ഓർമ്മകളിലേക്ക് ഇരുട്ടും മഴയും ഒരുമിച്ചിറങ്ങിവന്നു. അവൾ അതിനെ സിംഹത്തോടായി ഇങ്ങനെ പൂരിപ്പിച്ചു.

"ഒരു ഭ്രാന്തിയായിരുന്നു എന്റെ അമ്മ. അമ്മയ്ക്കു ഭ്രാന്തുവന്നതോ ഞാൻ കാരണവും. അന്നു ഞാൻ എട്ടാം ക്ലാസിൽ പഠിക്കുകയായിരുന്നു. ഉച്ചകഴിഞ്ഞുള്ള ഒന്നാമത്തെ പിരീഡിൽ ജമീല ടീച്ചറുടെ കണക്കു ക്ലാസിൽ ലസാഗു കണ്ടുപിടിച്ചുകൊണ്ടിരിക്കുമ്പോഴാണ് തുടകളിൽ ഒരു നനവ് പടരുന്നത് ഞാൻ അറിഞ്ഞത്. അരപ്പാവാടയ്ക്കു താഴേക്കു ഒരു ചെറിയ ചോരച്ചാൽ ഇറങ്ങിവന്നപ്പോൾ ഞാൻ ഭയന്നുപോയി. തൊട്ടടുത്ത കൂട്ടുകാരി രാജലക്ഷ്മിയോട് കാര്യം പറഞ്ഞു. അവൾ മറ്റാരും അറിയാതെ ടീച്ചറുടെ ചെവിയിലും. പിന്നെ ഞാൻ രാജക്ഷ്മിയോടൊപ്പം മൂത്രപ്പുരയിലേക്കും. എന്തോ അരുതാത്തതു സംഭവിച്ചതുപോലെ എന്റെ ഉള്ളു കിടുങ്ങുന്നുണ്ടായിരുന്നു അപ്പോൾ. കണക്കിന്റെ പിരീഡ് കഴിയുന്നതിനു മുമ്പേ ടീച്ചറുടെ അനുവാദം വാങ്ങി എന്നെയും കൂട്ടി രാജലക്ഷ്മി വീട്ടിലേക്കു നടന്നു. വഴിനീളെ അവൾ സംസാരിച്ചുകൊണ്ടേയിരുന്നു. അങ്ങനെ അവളിൽനിന്നാണ് ആ കാര്യം ഞാൻ അറിഞ്ഞത്. ഒരു അപകടകരമായ കാര്യമാണെന്നോർത്ത് ഭയന്നുവിറച്ചാണ് അന്നു ഞാൻ വീട്ടിൽ ചെന്നു കയറിയത്.

പ്രതീക്ഷിച്ചതുപോലെ അമ്മ വഴക്കൊന്നും പറഞ്ഞില്ലെങ്കിലും രാജ

ലക്ഷ്മി പറഞ്ഞതുപോലുള്ള സന്തോഷമൊന്നും അമ്മയുടെ മുഖത്ത് കണ്ടില്ല. ആ രാത്രി എനിക്ക് ഉറങ്ങാൻ കഴിഞ്ഞില്ല. അമ്മയ്ക്കും അങ്ങ നെതന്നെയായിരുന്നു. എന്നെയും അനിയത്തിയെയും ചേർത്തുപിടിച്ചു കൊണ്ട് പേരറിയാത്ത ഏതൊക്കെയോ ദൈവങ്ങൾക്ക് നേർച്ച നടത്തു ന്നുണ്ടായിരുന്നു അമ്മ. ഒപ്പം അച്ഛനെ കാര്യമില്ലാതെ ശകാരിക്കുന്നതും കേട്ടു. ഞാൻ ആദ്യമായിട്ടാണ് അമ്മ അച്ഛനെ ശപിക്കുന്നത് കേൾക്കു ന്നത്. അമ്മയുടെ അപ്പോഴത്തെ അസാധാരണമായ ചേഷ്ടകൾ എന്നെ കൂടുതൽ പേടിപ്പിച്ചു. വിഹലതകളുടെ ആ രാത്രി അവസാനിച്ച് ഞാനു ണരുമ്പോൾ അമ്മ നല്ല പനിയിൽ വിറകൊള്ളുകയായിരുന്നു. എന്തൊ ക്കെയോ പിച്ചുംപേയും പറയുന്നുമുണ്ടായിരുന്നു. പനിയുടേതാണെന്നേ ഞാൻ കരുതിയുള്ളൂ. എന്നാൽ സർക്കാർ ആശുപത്രിയിൽ ചികി ത്സയ്ക്കും മറ്റുമായി കുറേ ഏറെ ദിവസം കിടക്കേണ്ടിവന്നു. ആ ദിവസ ങ്ങളിലൊന്നും എനിക്ക് സ്കൂളിൽ പോകാനും കഴിഞ്ഞില്ല. അങ്ങനെ അതോടെ എന്റെ പഠിപ്പു നിന്നു.

പനി മാറി അമ്മ വീട്ടിലെത്തിയിട്ടും പഴയ അമ്മയായി എനിക്കവരെ തിരിച്ചുകിട്ടിയില്ല. പ്രകൃതങ്ങൾ പാടേ മാറിപ്പോയിരുന്നു. എന്നെയും അനു ജത്തിയെയും എവിടേക്കും വിടാതെ എപ്പോഴും കൂടെത്തന്നെ ഇരുത്തി. പൊരിവെയിലത്തും തണുക്കുന്നുവെന്ന് പറഞ്ഞ് പുതച്ചുമൂടി കിടന്നു. നട്ടുച്ചയ്ക്കും കിടുങ്ങുന്നുവെന്ന് പറഞ്ഞ് അടുപ്പിനരികിൽ തീകാഞ്ഞി രുന്നു?

പിന്നീട് രണ്ടു തവണകൂടി അമ്മയ്ക്ക് പനി വന്നു. ഒരിക്കൽ എന്റെ മെടഞ്ഞിട്ട മുടികൾ കോതി കെട്ടുമ്പോൾ നീ എന്നെക്കാൾ വളർന്നുവോ മോളേ എന്ന ചോദ്യത്തിൽ നിന്നായിരുന്നു ആ പനിയുടെ തുടക്കം. രണ്ടാ മത് എന്റെ വളർന്നുവരുന്ന ചെറുമുലകളെ മറയ്ക്കാൻ ബോഡീസ് ഇട്ടു തരുമ്പോഴും. പിന്നെ അമ്മ ജീവിതത്തിലേക്കു തിരിച്ചുവന്നതേയില്ല.

ഞാൻ പ്രായപൂർത്തിയായയല്ലോ എന്ന ചിന്തയാണത്രേ അമ്മയുടെ മനോനില തെറ്റിച്ചത്. ശരിയായിരിക്കാം. എപ്പോഴും വെള്ളം കൊണ്ടു പോയേക്കാവുന്ന ഒരു തോട്ടിറമ്പിൽ നാലുകാലിൽ വച്ചുകെട്ടിയ ഒട്ടും ഭദ്രമല്ലാത്ത ഒരു ഓലപ്പുരയിൽ അച്ഛനിറങ്ങിപ്പോയകാലം മുതൽ അമ്മ ഞങ്ങളെ കാത്തുപോരികയാണ്. ഒരു പരുന്തിൻകാലിനും കൊടുക്കാതെ. ഇപ്പോഴിതാ ഒരാൾ മുതിർന്നിരിക്കുന്നു. എല്ലാ അപകടങ്ങൾക്കും നടുവിൽ നിന്ന് ഞാനിവരെ എങ്ങനെ പൊതിഞ്ഞ് പിടിക്കും എന്ന വേവലാതിക ളായിരിക്കും അമ്മയുടെ ഹൃദയത്തിലെ പനി പൊള്ളലിന് കാരണം എന്ന് ഇന്ന് ഞാനറിയുന്നു.”

അത്രയും ഓർത്തപ്പോഴേക്കും അവളുടെ നെഞ്ചുംകൂട് തകർത്തുകൊ ണ്ടൊരു നിശ്വാസം പുറത്തേക്കുവന്നു. അടുത്തകൂട്ടിലെ കടുവകളുടെ അലർച്ചയേക്കാൾ മുഴക്കമായിരുന്നു ആ നെടുവീർപ്പിന്. എങ്ങുമെത്താത്ത ഒരു നിലവിളി പോലെ അത് ആ മൃഗശാലയ്ക്കുള്ളിൽ തന്നെ തങ്ങി നിന്നു.

അപ്പോഴും അവളുടെ ഓർമ്മകളുടെ കാവല്ക്കാരനായി സിംഹം മുൻകാലുകളിൽ തല ചായ്ച്ചുകിടന്നു. നേർത്ത മൂടൽ മഞ്ഞുപോലെ ഓർമ്മകൾ പിന്നെയും അവളെ പൊതിഞ്ഞു അവളത് സിംഹത്തോട് പിന്നെയും പങ്കുവച്ചു.

"മൂന്നാമതും അമ്മയ്ക്കു പനി വന്നതിനുശേഷമാണ് ഞാൻ യാഥാർത്ഥ്യത്തിലേക്കുണർന്നത്. ഇനിയൊരിക്കലും തിരിച്ചെത്താനാ വാത്ത വിധം കൊടും തണുപ്പിന്റെയും പൊള്ളുന്ന ചൂടിനുമിടയിൽ പെട്ടു പോയ അമ്മയെക്കുറിച്ചോർത്തു പിന്നെയും സങ്കടപ്പെട്ടിട്ടു കാര്യമുണ്ടാ യിരുന്നില്ല. അങ്ങനെയാണ് എട്ടാംക്ലാസിൽ പഠിപ്പ് നിർത്തിയ ഞാൻ മൂന്ന് വർഷത്തിനുശേഷം തൊട്ടുത്ത പട്ടണത്തിലെ ടെക്സ്റ്റയിൽ ഷോപ്പിൽ സെയിൽസ് ഗേളായി ചേർന്നത്. രാജലക്ഷ്മിയുടെ അച്ഛനായിരുന്നു എനിക്ക് ജോലി തരപ്പെടുത്തിത്തന്നത്.

അധികം ശമ്പളമൊന്നും ഉണ്ടായിരുന്നില്ലെങ്കിലും ഞാനാ ജോലി ആസ്വദിച്ചു. അമ്മയുടെ ചികിത്സയും വീട്ടുചെലവും എല്ലാം കൂടി നട ത്താൻ കഴിയുന്നില്ലെങ്കിലും ഞാൻ അനിയത്തിയുടെ പഠിപ്പ് മുടങ്ങാതെ നോക്കി. അതിനായി ചിലപ്പോഴൊക്കെ വയറു തരിശിട്ടു. ചിലപ്പോൾ അമ്മ യുടെ മരുന്നു മുടക്കി.

പുതിയ സ്ഥലം, പുതിയ ആളുകൾ, പുതിയ ജീവിതങ്ങൾ അങ്ങനെ മെല്ലെമെല്ലെ ഞാനാ ജോലിയുമായി പൊരുത്തപ്പെട്ടു തുടങ്ങി. അതി നെന്നെ ഏറ്റവും കൂടുതൽ സഹായിച്ചത് ടെക്സ്റ്റയിൽ ഷോപ്പിൽ തന്നെ യുള്ള രഘുരാമൻ എന്ന ചെറുപ്പക്കാരനായിരുന്നു. അയാളായിരുന്നു എന്നെ തുണികളുടെ വിവിധതരം ബ്രാൻഡ് നെയിമുകളും അവയുടെ പ്രത്യേകതകളും പറഞ്ഞുമനസ്സിലാക്കിത്തന്നിരുന്നത്. തുണികൾ നിവർത്തിയിടുന്നതും മടക്കിവയ്ക്കുന്നതുമുൾപ്പെടെ തുണികളുടെ അള വെടുക്കുന്നതുവരെ എല്ലാം, ആദ്യമാദ്യം കടയുമടയുടെ ശകാരങ്ങൾക്കു മുന്നിൽ ചൂളി നിന്നിരുന്ന എന്നെ രഘുരാമനാണ് രക്ഷപ്പെടുത്തിയെടു ത്ത്. പിന്നെപ്പിന്നെ എന്തിനും ഏതിനും എനിക്ക് രഘുരാമന്റെ സഹായം ഇല്ലാതെ പറ്റില്ലെന്നായി. കൂടുതലടുത്തപ്പോൾ ഞാൻ വീട്ടിലെ സാഹച ര്യങ്ങൾ അയാളോട് തുറന്നു പറഞ്ഞു. രഘുരാമന്റെ ആശ്വാസവചന ങ്ങൾ എനിക്ക് കച്ചിത്തുരുമ്പായി.

ഒരുദിവസം രഘുരാമനാണ് എന്നിലെ സൗന്ദര്യത്തെയും കണ്ടെ ത്തിയത്. ടെക്സ്റ്റയിൽ ഷോപ്പിലെ കണ്ണാടിക്കൂടിനുള്ളിലെ നഗ്നശില്പ ങ്ങൾക്ക് സാരിചുറ്റിക്കുന്നതും ചുരിദാറിടീക്കുന്നതും രഘുരാമന്റെ ചുമ തലയായിരുന്നു. അപ്പോഴൊക്കെ അവനെന്നെയും കൂടെക്കൂട്ടും. അന്നുവ രെ യാതൊരു വികാരഭേദങ്ങളുമില്ലാതെയാണ് അയാൾ ആ ജോലി ചെയ്തിരുന്നത്.

എന്നാൽ ഒരു ദിവസം ഒരു പ്രതിമയെ ധരിപ്പിച്ചിരുന്ന ചുരിദാർ ഊരി ടെടുക്കവേ ആ പ്രതിമയുടെ നഗ്നമാറിടത്തിൽ തലോടിക്കൊണ്ട് രഘു രാമൻ എന്നെ നോക്കിപ്പറഞ്ഞു.

"നീ ഇതിലും സുന്ദരിയായിട്ടുണ്ട്."

ചെറിയൊരു നാണം തോന്നിയെങ്കിലും അതിലധികം അഭിമാനം തോന്നി അപ്പോൾ. അന്ന് ടെക്സ്റ്റയിൽ ഷോപ്പിലെ ഡ്രസിങ് റൂമിൽനിന്ന് ഞാൻ എന്നെത്തന്നെ വിശദമായി കണ്ടു. ശരിയാണ് ഇരുൾ നിറമാണെ ങ്കിലും പട്ടണത്തിലെ ചൂടും ചൂരുമേറ്റ് ഇത്തിരി കൊഴുത്തിരിക്കുന്നു. മുഖം കുറേക്കൂടി തുടുത്തിട്ടുണ്ട്. ഒരു പ്രായപൂർത്തിയായ പെണ്ണിനെപ്പോലെ മാറിടങ്ങൾ വികസിച്ചിരിക്കുന്നു. ഞാനന്നാദ്യമായി തുണിയളക്കുപോലെ ശരീരം കൊണ്ടെന്നെത്തന്നെ അളന്നിട്ടു.

പിന്നീട് പ്രതിമകൾക്ക് തുണി ഉടുപ്പിക്കുമ്പോഴൊക്കെ രഘുരാമന്റെ കരങ്ങൾ യാദൃച്ഛികമെന്നപോലെ പ്രതിമയുടെ നഗ്നമേനിയിൽ ഇഴഞ്ഞു നടന്നു. അതു കാണുമ്പോഴൊക്കെ ഞാൻ നാണംകൊണ്ടു ചുളി."

അപ്പോഴേക്കും ചില കാൽപ്പെരുമാറ്റങ്ങളും അടക്കിപ്പിടിച്ച സംസാര ങ്ങളും കൂടി അവളുടെ ഓർമ്മകളെ മുറിച്ചു. നനഞ്ഞൊട്ടിയ ആ കിടപ്പിലും അവൾ പേടിച്ചുവിറച്ചു. അവളുടെ മുഖത്തെ പരിഭ്രാന്തിയും ഞെട്ടലും സിംഹം തിരിച്ചറിഞ്ഞു. സിംഹത്തിന്റെ ഉള്ളിലും വന്യമായ ഒരാശങ്കയു ണർന്നു.

ആരായിരിക്കും ഈ അസമയത്ത് പതുമ്മിയെത്തുന്നത്. ഇരപിടിക്കു മ്പോഴത്തെ പാദപതനങ്ങൾപോലെ, ശബ്ദവിന്യാസങ്ങൾപോലെ എന്തോ ചിലത് പതുങ്ങിയെത്തുന്നു. ഈ അസമയത്താരും ഇങ്ങോട്ടേക്ക് വരേ ണ്ടതില്ലല്ലോ? പിന്നെന്താണിങ്ങനെ?

പെട്ടെന്ന് ശത്രുവിന്റെ സാന്നിദ്ധ്യമറിഞ്ഞ രാജാവിനെപ്പോലെ അവന്റെ ജഡകൾ വിടർന്നു. കാതുകൾ കൂർപ്പിച്ച് അവൻ മുൻകാലിലെ ഴുന്നേറ്റു നിന്ന് ദിഗന്തങ്ങൾ ഭേദിക്കുമാറ് ഒന്നു ഗർജ്ജിച്ചു. മൃഗശാലയിലെ പക്ഷിമൃഗാദികളെല്ലാം പെട്ടെന്നു നിശ്ശബ്ദമായി.

പുഴയൊഴുക്കിലൊരില വീണാൽപോലും കേൾക്കാവുന്ന ശൂന്യത ആ മൃഗശാലയ്ക്കു മേൽ വീണു.

തെല്ലുനേരം അങ്ങനെ കടന്നുപോയി. അവളുടെ നെഞ്ചിടിപ്പിന്റെ ശബ്ദ ത്തിനുമേല വീണ്ടും പക്ഷിമൃഗാദികൾ ശബ്ദിച്ചുതുടങ്ങിയപ്പോൾ ശത്രു സാന്നിദ്ധ്യമില്ലെന്ന് സിംഹം തിരിച്ചറിഞ്ഞു. പിന്നെ ഒന്നും സംഭവിച്ചിട്ടി ല്ലാത്തതുപോലെ അവൻ മുൻകാലുകളിൽ തലയെടുത്തുവച്ച് പഴയതു പോലെ തന്നെ കിടന്നു. അവളുടെ ഓർമ്മകളെ പിടിച്ചെടുക്കാനായി... കാതോർത്ത്...

അവളിപ്പോൾ വീണ്ടും ഓർമ്മയുടെ അവസാന റീലുകളുടെ ദൃശ്യ ങ്ങൾ തെളിച്ചെടുക്കുകയാണ്. ഒരു ചെറുപട്ടണത്തിൽനിന്നും രഘുരാമ നുമൊത്ത് തിരുവനന്തപുരത്തേക്ക് വണ്ടി കയറുന്നിടത്തുനിന്നാണതിനു തുടക്കം.

"തിരുവനന്തപുരത്ത് രഘുരാമനെനൊരു നല്ല ജോലി ലഭിച്ചിട്ടുണ്ടെന്നും അവിടെത്തന്നെ എനിക്കും ഒരുജോലി തരപ്പെടുത്തിത്തരാമെന്നും പറഞ്ഞ പ്പോൾ എനിക്ക് ആഹ്ലാദവും ആശ്വാസവും തോന്നി. അനിയത്തി ഈ

വർഷം കോളേജിലേക്കാണ് ജയിക്കുന്നത്. അവളുടെ അഡ്മിഷനും പഠി
പ്പിനും മറ്റുമായി ഒരുപാട് പണം ആവശ്യമായി വരും. അപ്പോൾപ്പിന്നെ
തുറന്നുകാട്ടിയ ഒരു വാതിൽ അടയ്ക്കുന്നതെന്തിന് എന്ന ചിന്തയായി
രുന്നു എനിക്കപ്പോൾ.

അമ്മയോട് ഒന്നും പറഞ്ഞിട്ടും ചോദിച്ചിട്ടും കാര്യമില്ല. ചിന്തയുടെ
ഒഴുക്ക് പാടേ നഷ്ടപ്പെട്ടിരിക്കുന്നു. അനിയത്തിയെ കാര്യങ്ങൾ പറഞ്ഞു
മനസ്സിലാക്കി. അവരുടെ കാര്യങ്ങൾ നോക്കാൻ രാജലക്ഷ്മിയുടെ
അച്ഛനെ ചുമതലപ്പെടുത്തിയിട്ടാണ് ഞാൻ തിരുവനന്തപുരത്തേക്ക് രഘു
രാമനോടൊപ്പം യാത്രതിരിക്കുന്നത്.

ആദ്യത്തെ ട്രെയിൻ യാത്രതന്നെ ഞാൻ നന്നായി ആസ്വദിച്ചു. പിന്നെ
പുതിയ ജോലിയിൽ പ്രവേശിക്കുന്നതിന്റെ ആഹ്ലാദവും കൂടിയായപ്പോൾ
ഞാൻ തന്നെ തീവണ്ടിയായി നഗരത്തിലേക്ക് ചൂളം കുത്തി പാഞ്ഞു.

തിരുവനന്തപുരം റെയിൽവേസ്റ്റേഷനിൽ രഘുരാമന്റെ കൈപിടിച്ച്
ഇറങ്ങുമ്പോൾ ആദ്യമായി അച്ഛന്റെ കൈപിടിച്ച് സ്കൂളിൽ പോയ അമ്പ
രപ്പും ആഹ്ലാദവുമായിരുന്നു എനിക്ക്. റെയിൽവേ പ്ലാറ്റ്ഫോമിൽ നിന്നു
തന്നെ അവൻ ആർക്കൊക്കെയോ ഫോൺ ചെയ്തു. പിന്നെ ഞങ്ങൾ
നേരെ പോയത് ശ്രീ പത്മനാഭസ്വാമി ക്ഷേത്രത്തിലേക്കായിരുന്നു. അവിടെ
ശ്രീപത്മനാഭനുമുന്നിൽ നില്ക്കുമ്പോൾ രഘുരാമൻ എന്റെ കാതിൽ പറ
ഞ്ഞു.

ഇനി മുതൽ നീ എന്റെ, എന്റെ മാത്രം.

ഒരുപാടുകാലമായി കേൾക്കാൻ കൊതിച്ചതെന്തോ കേട്ടതുപോലെ
എന്റെ ഹൃദയം തുടിച്ചു.

പിന്നെ ഞാനവനൊപ്പം തിരുവനന്തപുരം ചുറ്റിക്കണ്ടു. വിസ്മയക്കാ
ഴ്ചകളുടെ അത്ഭുതവഴികളിൽ എന്റെ മനസ്സ് നൃത്തം ചെയ്തു. ഞങ്ങൾക്ക്
പിറ്റേന്ന് മാത്രമേ ജോലിക്ക് കയറേണ്ടതുള്ളൂ. കാഴ്ചകൾ കണ്ടുകഴി
ഞ്ഞാൽ ഒരു സുഹൃത്തിന്റെ വീട്ടിൽ മധുവിധു അതായിരുന്നു രഘുരാ
മന്റെ വാക്ക്. ഞാൻ മറുത്തൊന്നും ചോദിച്ചതുമില്ല. പറഞ്ഞതുമില്ല.
കാരണം അവൻ എന്റേതും ഞാൻ അവന്റേതും മാത്രമായി മാറിക്കഴിഞ്ഞി
രുന്നുവല്ലോ?

നഗരം എന്റെ മനസ്സിനെ വല്ലാതെ ഇളക്കിമറിച്ചു. എട്ടാം ക്ലാസിലെ
ഉപപാഠപുസ്തകമായി എനിക്ക് മാർത്താണ്ഡവർമ്മ പഠിക്കാനുണ്ടായി
രുന്നു. അന്നുമുതലേ തുടങ്ങിയതാണ് ഈ കോവിലകങ്ങളും കൊട്ടാര
ങ്ങളുമൊക്കെ അടുത്തു കാണണം എന്ന മോഹം. കാടിളക്കിയ ചന്ത്ര
ക്കാരന്റെ മച്ചകം. ഹരിപഞ്ചാനന്റെ വേഷപ്പകർച്ചകൾ. അനന്തപത്മ
നാഭന്റെ യുദ്ധമുറകൾ. എട്ടുവീട്ടിൽപിള്ളമാരുടെ വീരസ്യങ്ങൾ അങ്ങനെ
പുസ്തകത്താളുകളിൽനിന്നും എന്നെ മോഹിപ്പിക്കുന്ന കഥാപാത്രങ്ങ
ളെല്ലാം ഇപ്പോൾ എനിക്ക് ചുറ്റും വന്ന് നിരന്നുനില്ക്കുന്നതുപോലെ ഒരു
തോന്നൽ. പക്ഷേ, ചരിത്രം വേട്ടക്കാരന്റേതാണെന്നും ഇരകളുടെ തോന്ന
ലുകൾക്കുപോലും അതിൽ സ്ഥാനമില്ലെന്നും അപ്പോൾ ഞാനോർത്തില്ല.

ഊണുകഴിഞ്ഞുള്ള മുഴുവൻ സമയവും ഞങ്ങൾ മ്യൂസിയം വളപ്പി ലായിരുന്നു. മരത്തണലിലിരുന്ന് സൊറപറഞ്ഞും പുൽത്തട്ടിലൂടെ കൈകോർത്തു നടന്നും ഞാൻ ജീവിതത്തിലാദ്യമായി ആഹ്ലാദവതി യായി. ഇടയ്ക്കെപ്പൊഴൊക്കെയോ അവൻ ആരെയൊക്കെയോ ഫോൺ ചെയ്തുകൊണ്ടിരുന്നു. അവർ വരാൻ വൈകും എന്നതുകൊണ്ട് മൃഗ ശാല കൂടി കണ്ടുകളയാം അല്ലേ എന്നവൻ ചോദിച്ചപ്പോൾ എന്റെ സന്തോഷം ഇരട്ടിയായി. സ്കൂളിൽനിന്ന് വിനോദയാത്ര പോയ കൂട്ടുകാ രികൾ പറഞ്ഞുകേട്ടതൊക്കെ നേരിൽ കാണാനുള്ള തിടുക്കമായിരുന്നു എനിക്കപ്പോൾ. അവൻ പറഞ്ഞതും ഞാൻ സമ്മതിച്ചു. ഏതാണ്ട് സന്ദർശനസമയം തീരുന്നതിനോടടുത്താണ് ഞങ്ങൾ അകത്ത് പ്രവേ ശിച്ചത്. അതുകൊണ്ടുതന്നെ തിരക്കിട്ടായിരുന്നു കാഴ്ച. രഘുരാമൻ നയി ക്കുന്ന വഴിയേ ഞാൻ സഞ്ചരിക്കുകമാത്രം ചെയ്തു. എന്തെല്ലാം തരം പക്ഷികൾ, കുരങ്ങുകൾ, പീലിവിടർത്തിയ മയിലുകൾ, തുറന്ന കൂട്ടിൽ കൂസലില്ലാതെ വിലസുന്ന സിംഹങ്ങൾ അങ്ങനെ....

നിന്റെ ഇരുമ്പ് കൂടിനടുത്തെത്തിയപ്പോൾ മാത്രം എനിക്ക് ഓക്കാനം വന്നു. പച്ചമാംസത്തിന്റെ ഗന്ധവും ചോരയുടെ ചൂരും കൂടിച്ചേർന്ന അന്ത രീക്ഷം എന്നെ മടുപ്പിച്ചു. അപ്പോഴേക്കും ഞാൻ നടന്നു ക്ഷീണിക്കുകയും ചെയ്തിരുന്നു.

അങ്ങനെയാണ് ഞങ്ങൾ ഹിപ്പൊപ്പൊട്ടാമസുകളുടെ കുളത്തിനും അപ്പുറത്തുള്ള മുളങ്കാടുകളുടെ മറപറ്റി അല്പം വിശ്രമിക്കാനായിട്ടിരു ന്നത്. തന്നെയുമല്ല ദൂരെ താഴത്തായി ബോട്ടിങ് ഏരിയായിലെ പക്ഷിക ളുടെ കലപിലകൾ കണ്ടിരിക്കുകയും ചെയ്യാം. അങ്ങനെ ഇലകൾ മെത്ത വിരിച്ച ഒരു തണലിടം നോക്കി ഞങ്ങൾ കൊക്കുരുമ്മിയിരുന്നു.

ദാഹിക്കുമ്പോൾ കഴിക്കാൻ അവൻ മുൻപേ കരുതിയിരുന്ന ഫ്രൂട്ടി ഒരെണ്ണം എടുത്ത് എനിക്ക് നല്കി. നല്ല മധുരമുള്ള പഴച്ചാറ് ഞാൻ സാവ ധാനം നുണഞ്ഞിറക്കി. മുളങ്കാടുകളെ തഴുകിയെത്തിയ ഇളംകാറ്റ് എന്നെ മെല്ലെ തട്ടിയുറക്കി ഞാൻ മെല്ലെ ഉറക്കത്തിലേക്ക് വഴുതി."

അവിടെവെച്ച് അവളുടെ ഓർമ്മകൾ വീണ്ടും മുറിഞ്ഞു. ആദിമമായ ഒരു ശൂന്യത അവളെ ചുഴ്ന്നു.

സിംഹം അവളുടെ കണ്ണിലേക്കുറ്റു നോക്കിയിരുന്നു. എന്തായി രിക്കും ഇനിയും ഇവൾക്ക് പറയാനുണ്ടാവുക എന്ന ആശങ്കയോടെ...

പെട്ടെന്ന് യാഥാർത്ഥ്യത്തിലേക്കുണർന്നതുകൊണ്ട് അതുവരെ ചേർത്തുപിടിച്ചിരുന്ന തുടകൾ രണ്ടായി വേർപെടുത്തിക്കൊണ്ട് അവൾ സിംഹത്തോട് പറഞ്ഞു, "നോക്ക് ഇതുകണ്ടോ, അണക്കെട്ടുപൊട്ടു പോലെ ഒഴുകിപ്പരക്കുന്ന ഈ ചോര നീ കണ്ടില്ലേ?"

അപ്രതീക്ഷിതമായ അവളുടെ ഭാവപ്പകർച്ചയിൽ സിംഹം ഒന്നു നടുങ്ങി

മാറിടം മൂടിയിരുന്ന കൈകൾ വിടർത്തിക്കൊണ്ടവൾ വീണ്ടും പറ ഞ്ഞു.

"ഇതാ ഈ കീറിപ്പറിഞ്ഞ മുലകൾ കണ്ടോ? ഇതെല്ലാം അവൻ ചെയ്തതാണ് അവൻ.. ആ രഘുരാമൻ. നിനക്കറിയോ എത്രപേരാ ണെന്നെ മാറിമാറി. എല്ലാവർക്കും ഒരേ മുഖമായിരുന്നു. അല്ലെങ്കിൽ അഞ്ചാറു രഘുരാമന്മാർ.."

അവൾ ഒരു പച്ചമരം പോലെ കത്തിയെരിഞ്ഞു

ഒരിളമാനിനു പിന്നാലെ ഓടിത്തളർന്നതുപോലെ സിംഹം നിന്നു കിത ച്ചു. ഒടുവിൽ ഹൃദയത്തിലെ മൃഗീയത മുഴുവൻ വാക്കുകളിലാവാഹിച്ച് സിംഹം പറഞ്ഞു.

"നോക്കു കുട്ടീ. ഞാൻ നിന്നെ അന്വേഷിച്ചു വന്നതല്ല. നീ എന്റെ മുന്നിൽ വന്നു വീണ ഇരയാണ്. ഈശ്വരൻ എനിക്കനുവദിച്ചു തന്ന സൗജ ന്യം. എങ്കിലും മൃഗസഹജമായ സ്നേഹവും കരുണയും കൊണ്ടു ഞാൻ നിന്നോട് പറയുന്നു. ഞാൻ നിന്നെ തിന്നുന്നില്ല. ആരും നിന്നെ കണ്ടുപി ടിക്കുമ്മുമ്പ് നീ ഇവിടെനിന്നും വേഗം രക്ഷപ്പെട്ടുകൊള്ളുക."

സിംഹത്തിന്റെ വാക്കുകൾ അവളെ തരളിതയാക്കി. സ്നേഹം വഴി യുന്ന അവന്റെ കണ്ണുകളിലേക്ക് ഉറ്റുനോക്കി. പിന്നെ.... അതിനുത്തര മായി കാൽമുട്ടുകളിൽ നിന്നുകൊണ്ടരപേക്ഷയായിരുന്നു. അവളുടേ്.

"ദയവായി എന്നെ നീ പറഞ്ഞുവിടരുത്. പുറത്ത് അവന്മാർ വീണ്ടും കടിച്ചുകീറാനായി എന്നെ കാത്തിരിക്കുന്നുണ്ടാവും. ഇനിയും വേദന സഹിക്കാൻ എനിക്ക് വയ്യ. നമ്മൾ തമ്മിൽ കണ്ടുമുട്ടുമ്പോൾ നീ എന്നോട് പറഞ്ഞ വാക്കുണ്ട്. എന്നോട് ചെയ്യാൻ പറ്റുന്ന ഏറ്റവും വലിയ സഹായം അധികം വേദനയില്ലാതെ എന്നെ കൊല്ലുകയെന്നതാണെന്ന്. അതേ ഞാനി പ്പോൾ നിന്നോടാവശ്യപ്പെടുന്നുള്ളൂ. അതിനുള്ള കരുണ നീ കാട്ടണം. അധികം വേദനിപ്പിക്കാതെ നീ എന്നെ തിന്നോളുക."

പെട്ടെന്ന് അവളുടെ വാക്കുകളെ കീറിമുറിച്ചുകൊണ്ട് തുറന്ന കൂടിന്റെ മതിൽക്കെട്ടിനപ്പുറത്തുനിന്നും ഒരു വലിയ പ്രകാശം അവരുടെ മേൽ പതിച്ചു. സിംഹവും അവളും ഒരുപോലെ ആ കാഴ്ചകണ്ടു. മതിലിന പ്പുറം നിരന്നു നില്ക്കുന്ന രഘുരാമന്മാർ...

പെൺകുട്ടി ദയനീയമായി സിംഹത്തെ നോക്കി. പിന്നെ കൂപ്പുകൈ കളോടെ തന്റെ നഗ്നദേഹം ഒരു തളികയിലെന്നപോലെ സിംഹത്തിന്റെ മുന്നിലേക്ക് നീക്കിവച്ചു.

എന്റെ വിദ്യാലയത്തെക്കുറിച്ച്
ഒരു ഉപന്യാസം
(പത്തുപേജിൽ കവിയാതെ)

ആമുഖം

അണ്ണാൻ കുന്ന് എന്ന എന്റെ ഗ്രാമം ഇന്ന് ചവുണ്ട് നാറിയ ഒരു ഓർമ്മമാത്രമാണെങ്കിലും പ്രകാശഭരിതവും ആഹ്ലാദനിർഭരവുമായ ഒരു ഭൂതകാലം അതിനുണ്ടായിരുന്നു എന്നത് സത്യമാണ്. നൂറു വർഷത്തിൽ പൂക്കുന്ന മുളങ്കാടുകളാൽ അതിരിടുന്ന കുന്നിൻചരിവും മുളങ്കമ്പുകളി ലെങ്ങും കൂടു കൂട്ടിയും വാലുവിറപ്പിച്ചും ഓടിനടക്കുന്ന അണ്ണാൻ കുഞ്ഞു ങ്ങളാലും സമൃദ്ധമായിരുന്നു അന്നവിടം. അങ്ങനെയായിരിക്കണം ഈ ഗ്രാമത്തിന് അണ്ണാൻകുന്നെന്ന പേരുവീണത്.

മുളങ്കാടുകൾക്കപ്പുറം സൂര്യപ്രകാശം കടക്കാതെ ആകാശം മുട്ടെ വളർന്നു നില്ക്കുന്ന വന്മരങ്ങളായിരുന്നുവെന്ന് അമ്മ പറഞ്ഞു കേട്ടി ട്ടുണ്ട്. മുളങ്കാടുകൾക്കിപ്പുറം കണ്ണാടിപോലെ മിന്നുന്ന തേൻ പുഴയും. പണ്ടുപണ്ട് നമ്മുടെ നാട് സ്വാതന്ത്ര്യം നേടുന്നതിനും മുമ്പ് തേൻപുഴ യോരത്ത് മേഞ്ഞുനടക്കുന്ന വെള്ളപ്പട്ടാളത്തെയും വെള്ളക്കുതിരക ളെയും കുറിച്ച് മരിക്കുന്നതിന് മുമ്പ് അമ്മ ഒരുപാട് കഥകൾ പറഞ്ഞു തന്നിട്ടുണ്ട്. രണ്ടാം ലോക മഹായുദ്ധകാലത്ത് വെടിയുണ്ട ഏല്ക്കാത്ത വിധം കപ്പലുകൾക്ക് അടിത്തട്ടു പണിയാൻ അണ്ണാൻകുന്നിലെ വൻമര ങ്ങളാണ് ഉപയോഗിച്ചിരുന്നത് എന്നതാണ് അതിലൊന്ന്.

ഇന്നിപ്പോൾ പാഴ്മരങ്ങളും പൊന്തക്കാടുകളും ഉണങ്ങിശോഷിച്ച മുളങ്കാടുകളും മാത്രം അവശേഷിക്കുന്ന പ്രകാശം മങ്ങിയ ഒരിടം. അണ്ണാൻകുന്നിനെ ചവിട്ടിമെതിച്ച കുതിരക്കുളമ്പടികൾ നിലച്ചതിനുശേ ഷമാണ് ഞങ്ങളുടെ വിദ്യാലയം ഇവിടെ സ്ഥാപിക്കുന്നത്. ഓലമേഞ്ഞ ഒരു എൽ പി സ്കൂൾ ആയിരുന്നു തുടക്കത്തിൽ. പിന്നീടത് ഹൈസ്കൂൾ തലം വരെ പടിപടിയായി ഉയർന്നു. ഇടത്തരക്കാരും താഴ്ന്ന വരുമാന

ക്കാരുമായ ഗ്രാമീണരുടെ എല്ലാ പരിമിതികളോടും കൂടിത്തന്നെയാണ് ഞങ്ങളുടെ വിദ്യാലയവും പ്രവർത്തിച്ചിരുന്നത്.

അതുകൊണ്ടാണ് അണ്ണാൻകുന്നിലെ ഞങ്ങളുടെ വിദ്യാലയത്തിനും ചരിത്രത്തിൽ അതിന്റേതായ ഒരിടമുണ്ട് എന്നു ഞാൻ ആമുഖമായി പറ യാൻ ആഗ്രഹിക്കുന്നത്. അല്ലെങ്കിൽപ്പിന്നെ ഈ ഓണം കേറാമൂലയിൽ നിന്നും ലോകമറിയുന്ന ഒരു ഗോപാലകൃഷ്ണൻ ഉണ്ടാകുന്നതെങ്ങനെ?

അല്പം ചരിത്രം

ഞാനും ഗോപാലകൃഷ്ണനും തമ്മിലുള്ള ബന്ധം ഈ ഉപന്യാസ ത്തിൽ ഒരു വിഷയമല്ലെങ്കിലും ഞാനും അണ്ണാൻ കുന്ന് ഗ്രാമവുമിന്ന് അകപ്പെട്ടിരിക്കുന്ന വലിയൊരു ദുരന്തത്തെക്കുറിച്ചറിയാൻ ഒരു ഹ്രസ്വവിവ രണം ആവശ്യമായിരിക്കുകയാണ്. അല്ലെങ്കിൽ എന്നെയും ഗോപാലകൃ ഷ്ണനെയും നിങ്ങൾ ഒരുപോലെ തെറ്റിദ്ധരിക്കാൻ സാദ്ധ്യതയുണ്ട്.

അണ്ണാൻകുന്നിലെ ഞങ്ങളുടെ വിദ്യാലയത്തിൽ ഒരേവർഷം ഒരേ ദിവസമാണ് ഞാനും ഗോപാലകൃഷ്ണനും ഒന്നാം ക്ലാസിൽ ചേരുന്നത്. ഞങ്ങളുടെ താമസം അടുത്തടുത്തായിരുന്നില്ലെങ്കിലും അത്ര ദൂരത്താ യിരുന്നില്ല. കുന്നിന്റെ ഇരുപുറങ്ങളിൽ നിന്നാണ് ഞങ്ങളുടെ വരവെങ്കിലും പുഴകടക്കുന്ന തടിപ്പാലമെത്തുമ്പോൾ ഞങ്ങൾ ഒന്നിച്ചാകും. പിന്നെ കാടും പടലും നിറഞ്ഞ ഇടവഴികളിലൂടെ ഒരുമിച്ചാണ് യാത്ര.

വെളുത്തുതുടുത്ത് സുന്ദരനായ ഗോപാലകൃഷ്ണനോട് കറുത്തു മെലിഞ്ഞ എനിക്ക് ആദ്യമൊക്കെ ഒരു അകല്ച്ചയാണ് തോന്നിയതെ ങ്കിലും ക്രമേണ അതൊരു സുഹൃദ്ബന്ധമായി വളർന്നു. ഒന്നാംക്ലാസു മുതൽ അഞ്ചാം ക്ലാസുവരെ ഞങ്ങൾ ഒരേ ബഞ്ചിലാണിരുന്നത്. ഏലി യാമ്മ ടീച്ചറായിരുന്നു അന്നു ഞങ്ങളുടെ ക്ലാസ് ടീച്ചർ. അമ്മയെപ്പോലെ എന്തൊരു സ്നേഹമായിരുന്നു ടീച്ചർക്ക്. ചെവിയേപ്പൂട എന്ന് കളിയാ ക്കിപ്പേരു വിളിക്കുന്ന ഗോപാലൻ സാറിനെയായിരുന്നു അന്ന് എല്ലാ വർക്കും പേടി. പിന്നെ എപ്പോഴും മുറുക്കിത്തുപ്പുന്ന നൈനാൻ സാറി നെയും മറ്റിംഗ്ലീഷ് പഠിപ്പിക്കുന്ന ജെറോം സാറിനെയും.

അഞ്ചാം ക്ലാസിൽ വച്ച് അപ്രതീക്ഷിതമായി പഠിപ്പു നിർത്തേണ്ടി വന്നതോടുകൂടിയാണ് ഞാനും ഗോപാലകൃഷ്ണനും തമ്മിലുള്ള ബന്ധം ആത്മബന്ധമായി വളർന്നു കഴിഞ്ഞിരുന്നു. ആ ഒരൊറ്റ ധൈര്യത്തിലാണ് ഞാനിപ്പോൾ ഗോപാലകൃഷ്ണനെ കാണാൻ പുറപ്പെടുന്നത്.

അഞ്ചാം പനിവന്ന് അമ്മ മരിച്ചതുകൊണ്ടാണ് എനിക്ക് പഠിപ്പു നിർത്തേണ്ടി വന്നതെങ്കിലും അതിനുമുമ്പ് ഗോപാലകൃഷ്ണന് എന്നോ ടുള്ള ആത്മാർത്ഥത തെളിയിക്കുന്ന ഒരു സംഭവം ഉണ്ടായി.

ഞാനും കുഞ്ഞനും

സംഭവം ഇങ്ങനെ, മുളങ്കാടുകളിൽനിന്നും അണ്ണാൻ കുഞ്ഞുങ്ങളെ

ഒറ്റാലു വച്ചു പിടിക്കുന്നത് ഞങ്ങളുടെ ഒരു സ്ഥിരം പരിപാടിയായിരു ന്നു. എത്ര നല്ലതു പോലെ കൂട്ടിലിട്ടു വളർത്തിയാലും അവസരം കിട്ടി യാൽ അവ അപ്പോൾത്തന്നെ മുളങ്കാട്ടിലേക്ക് തിരിച്ചുപോകുമായിരുന്നു. എന്നാൽ, ഒരിക്കൽ ഒറ്റാലിലായ ഒരു അണ്ണാൻ കുഞ്ഞു മാത്രം അവ സരം കൊടുത്തിട്ടും എങ്ങും പോകാതെ എന്നോടൊപ്പം കൂടി. കുഞ്ഞൻ എന്നു ഞാനവന് പേരുമിട്ടു. കൈയാലത്തൊണ്ടിൽ തുറാൻ പോയാലും അവൻ എന്നോടൊപ്പം കൂടും.

ഒരിക്കൽ അവനങ്ങനെ എന്നോടൊപ്പം സ്കൂളിലേക്കും വന്നു. ഞാൻ വഴക്കു പറഞ്ഞിട്ടും ഉണങ്ങിയ ഇല്ലിക്കമ്പുകൊണ്ട് തല്ലി നോക്കീട്ടും അവൻ പിന്തിരിഞ്ഞില്ല. അല്പദൂരം തിരിഞ്ഞോടി ഒരു ചെറുമരത്തിൽ അള്ളിപ്പി ടിച്ചു കയറി ഇത്തിരിനേരം വാലുവിറപ്പിച്ച് ചലിച്ചിട്ട് കുഞ്ഞൻ വീണ്ടും എന്നെ പിന്തുടർന്നു. പിന്നെ ഞാനതത്ര കാര്യമാക്കിയില്ല. പുഴക്കരവെച്ച് ഗോപാലകൃഷ്ണനുമായി ചേർന്നപ്പോൾ ഞാനവനെ ശരിക്കും വിസ്മ രിച്ചു. കണക്കിന്റെ ഹോം വർക്ക് ചെയ്യാൻ വിട്ടുപോയതിന് ചെവിയേപ്പൂ ടയുടെ കിഴക്കു വാങ്ങാതിരിക്കാൻ ആനച്ചോടൻ പറിച്ച് പാണലിൽ കെട്ടുന്ന തിരക്കിൽ കുഞ്ഞനെക്കുറിച്ച് ഓർത്തതേയില്ല.

ഒടുവിൽ, രണ്ടാം പീരീഡിൽ നൈനാൻ സാറിന്റെ ചൂരലിനു മുന്നിൽ ഇരിക്കുമ്പോഴാണ് ജനൽപ്പടി ചാടിക്കടന്ന് അവനെന്റെ തോളിലെത്തി യത്. പിന്നെ ക്ലാസിലൊരു കൂട്ടബഹളമായിരുന്നു. പോത്തൻ എന്ന് ഞങ്ങൾ പേരിട്ടു വിളിക്കുന്ന മാത്തൻ കുര്യനായിരുന്നു എന്റെ കുഞ്ഞനെ ആദ്യം ഉപദ്രവിച്ചത്. പോത്തന്റെ പൊട്ടിയ സ്ലേറ്റുകാലുകൊണ്ടുള്ള അടി യേറ്റു ഭയന്നുപോയ കുഞ്ഞൻ നൈനാൻ സാറിന്റെ ചൂരലിനു മുകളി ലൂടെ മുറ്റത്ത് ചാടി സ്കൂൾ മതിലിനോട് ചേർന്ന ഒരു കൊന്നത്തെങ്ങി ലേക്ക് അള്ളിപ്പിടിച്ചു കയറി. നൈനാൻ സാർ ക്രുദ്ധനായി എല്ലാവരെയും നോക്കിയെങ്കിലും അവന്റെ രക്ഷകൻ ഞാനാണെന്ന് മനസ്സിലായില്ല.

പതിനൊന്ന് മണിക്ക് മുള്ളാൻ വിട്ടപ്പോൾ കുട്ടികളെല്ലാം കൊന്ന ത്തെങ്ങിനു ചുറ്റും നിന്ന് ആർപ്പുവിളിച്ചു. പാവം, അതുവരെ വീടിനു ചുറ്റു മുള്ള ചെറുമരങ്ങളിൽ മാത്രം കയറി ശീലിച്ച എന്റെ കുഞ്ഞൻ കുട്ടിക ളുടെ ബഹളം കണ്ടു ഭയന്നും പോത്തന്റെ കല്ലേറു പേടിച്ചും അള്ളിപ്പി ടിച്ച് ആ കൊന്നത്തെങ്ങിന്റെ മുകളറ്റം വരെ എത്തി. ആകാശത്തോളം ഉയർന്നുപോയ ആ തെങ്ങിൽനിന്നും പിന്നെ അവനെ കാണാതായി.

നാലുമണിക്ക് സ്കൂൾ വിട്ട് കുട്ടികളെല്ലാം പൊയ്ക്കഴിഞ്ഞപ്പോൾ ഞാനും ഗോപാലകൃഷ്ണനും തെങ്ങിൻ ചുവട്ടിലെത്തി കുഞ്ഞനെ വിളിച്ചു. കുറെ നേരം വിളിച്ചപ്പോൾ അവൻ തെങ്ങിന്റെ ഉച്ചിയി നിന്നും ദയനീയമായി നിലവിളിച്ചു. പിന്നെ അല്പദൂരം താഴേക്ക് ഇറങ്ങിവരികയും പേടിയോടെ തിരിച്ചു കയറുകയും ചെയ്തു. നേരം ഇരുളാൽ തുടങ്ങിയ തോടെ ഞങ്ങൾക്കും അവനും ഒരുപോലെ പേടിയായി. ഒടുവിൽ, ഇറ ങ്ങിവാടാ എന്ന എന്റെ ദയനീയമായ യാചനയ്ക്കുമുന്നിൽ അവനുവേറെ വഴിയില്ലാതെ വന്നു. രണ്ടും കല്പിച്ച് അവനൊരു ചാട്ടം വന്നുവീണത്

എന്റെ കാൽച്ചുവട്ടിൽ. തുറന്ന കണ്ണുകളോടെ ശരീരം ഒന്നു വെട്ടിവിറ ച്ചു. അത്രതന്നെ.

മുനകൂർപ്പിച്ച റൂളിപ്പെൻസിൽ

ഈ സംഭവത്തിനുശേഷം പിറ്റേന്ന് എനിക്കും മുമ്പേ ഗോപാലകൃ ഷ്ണനാണ് സ്കൂളിലെത്തിയത്. പ്രത്യേകം ചെത്തി കൂർപ്പിച്ച ഒരു റൂളി പെൻസിലുമായിട്ടാണ് അവന്റെ വരവ്. തലേന്നത്തെ വൈരാഗ്യം അവൻ പോത്തൻ കുര്യന്റെ മേൽതീർത്തു. പോത്തന്റെ ടെർളിൻ ഷർട്ടു നിറച്ച് ചോരപ്പാടുകൾ. ഗോപാലകൃഷ്ണനെ ഓഫീസിൽ വിളിപ്പിച്ചു. ഹെഡ്മാ സ്റ്റർ എത്ര ചോദിച്ചിട്ടും അവൻ കാര്യം പറഞ്ഞില്ല. അസംബ്ലിയിൽ വച്ച് നൈനാൻ സാറിന്റെ അരഡസൻ ചൂരൽ പ്രയോഗം അവൻ തുടയിൽ ഏറ്റു വാങ്ങി. പിന്നെ അച്ഛനെ കൂട്ടിവരാൻ പറഞ്ഞ് അവനെ ക്ലാസിൽനിന്നു പുറത്താക്കി. സ്വതേ ഗൗരവക്കാരനും തന്റേടിയുമായ ഗോപാലകൃഷ്ണൻ അന്നാണ് കരയുന്നത് ഞാൻ കാണുന്നത്. കാരണം അവന് അച്ഛനുണ്ടാ യിരുന്നില്ല. കംസനെപ്പോലെ ദുഷ്ടനായ ഒരു അമ്മാവന്റെ കീഴിലാണ വൻ വളർന്നത്.

ഈ സംഭവത്തിനുശേഷം ഗോപാലകൃഷ്ണനെ ഞാൻ കണ്ടിട്ടില്ല. അപ്പോഴേക്കും അമ്മയ്ക്ക് രോഗം കലശലായി. എന്റെ സ്കൂളിൽ പോക്കു മുടങ്ങിയിരുന്നു. പിന്നീടാരോ പറഞ്ഞു കേട്ടാണറിഞ്ഞത് ഗോപാലകൃ ഷ്ണനെ അമ്മാവൻ ടി സി മേടിച്ച് മറ്റെവിടേക്കോ മാറ്റിയെന്ന്.

ഇത്രമാത്രം സുദൃഢമായ ഒരു ആത്മബന്ധം ഞങ്ങൾക്കിടയിൽ നില നിന്നിരുന്നതു കൊണ്ടാണ് ഈ പ്രശ്നത്തിൽ ഇടപെടാനും ഗോപാലകൃ ഷ്ണനെ നേരിട്ടു കാണാനും ഞാൻ തീരുമാനിച്ചത്. കാരണം ഗോപാല കൃഷ്ണന് അങ്ങനെ ചെയ്യാൻ പറ്റുമെന്ന് ഞാൻ ഇപ്പോഴും വിചാരിക്കു ന്നില്ല.

ഇന്നലെ സ്കൂൾ പരിശോധനയ്ക്ക് ആൾ വരുന്നു എന്നു പറഞ്ഞ പ്പോൾ അക്കൂട്ടത്തിൽ ഗോപാലകൃഷ്ണനുണ്ടായിരിക്കുമെന്ന് കരുതിയില്ല. മൂന്നാലു സായിപ്പന്മാരും വലിയ ഉദ്യോഗസ്ഥന്മാരുമടങ്ങുന്ന ഒരു കൂട്ടം ആളുകൾ ഓഫീസ് മുറികളിലും ക്ലാസ് മുറികളിലും പരിശോധന നട ത്തുന്നത് കണ്ടു. ഞാൻ കഞ്ഞിപ്പുരയിൽനിന്ന് പുറത്തിറങ്ങിയതേയില്ല. സ്കൂൾ നിർത്തലാക്കിയാൽ എന്റെ കാര്യമാണ് പൂട്ടിപ്പോകുന്നതെങ്കിലും കേവലം ഒരു കഞ്ഞിവെപ്പുകാരൻ അവിടെ ഇടപെടേണ്ട കാര്യമില്ലല്ലോ? അദ്ധ്യാപകരും രക്ഷാകർത്താക്കളുമടക്കം എല്ലാവരുംതന്നെ പരിശോധ നയ്ക്കെത്തിയ ഉദ്യോഗസ്ഥരെ കണ്ട് ആവലാതി ബോധിപ്പിച്ചിരുന്നു. തെറ്റായ ഒരു തീരുമാനവും ഉണ്ടാവില്ലെന്നുതന്നെയായിരുന്നു എല്ലാവരു ടെയും പ്രതീക്ഷ. പ്രത്യേകിച്ച് ഗോപാലകൃഷ്ണൻ എന്ന പൂർവ്വവി ദ്യാർത്ഥി തലവനായുള്ള അന്വേഷണ സംഘമാവുമ്പോൾ നാട്ടുകാർ അങ്ങനെ പ്രതീക്ഷിക്കുന്നത് സ്വാഭാവികം, പക്ഷേ, സംഭവിച്ചത് മറിച്ചാ ണെന്നുമാത്രം.

കുചേലന്റെ അവിൽപ്പൊതി

അങ്ങനെയാണ് ഞാൻ ഗോപാലകൃഷ്ണനെ കാണാൻ തീരുമാനിച്ചത്. സ്കൂളിന്റെ പൂർവ്വകാല ചരിത്രവും സാമൂഹിക പ്രസക്തിയും വിവരിക്കുന്ന ഒരു നിവേദനം വിശദമായിത്തന്നെ ഞാൻ തയ്യാറാക്കിയിരുന്നു. ഗോപാലകൃഷ്ണനോട് അതൊന്നും പറഞ്ഞ് മനസ്സിലാക്കേണ്ട കാര്യമില്ലെങ്കിലും മറ്റുള്ളവർക്ക് കാര്യം പിടികിട്ടണമല്ലോ? നിവേദനത്തോടൊപ്പം മറ്റൊരു പൊതിക്കെട്ടും കരുതിയിരുന്നു. ഭാര്യ ഏല്പിച്ച ഒരു കിലോ വറുത്ത നല്ല കശുവണ്ടിപ്പരിപ്പായിരുന്നു അത്. കൊച്ചിന്റെ കാതിൽ ആകെ ഉണ്ടായിരുന്ന മൊട്ടുകമ്മൽ വിറ്റാണത് വാങ്ങിയത്. കുചേലൻ പഴയ സതീർത്ഥ്യനെ കാണാൻ പോവുകയല്ലേ, എന്തെങ്കിലും അത്ഭുതം സംഭവിക്കും എന്നായിരുന്നു അവളുടെ പ്രതീക്ഷ.

കുചേലൻ എന്ന എന്റെ വിളിപ്പേരിനും ഗോപാലകൃഷ്ണന്റെ അടുത്തേക്കുള്ള ഈ യാത്രയ്ക്കും തമ്മിൽ ചില സമാനതകളുള്ളതുകൊണ്ട് ഹ്രസ്വമായെങ്കിലും ഇവിടെ അത് പറയേണ്ടത് ഉപന്യാസത്തിന്റെ പൂർണ്ണതയ്ക്ക് ആവശ്യമാണ്.

കൊന്താലം പറമ്പിലെ ശങ്കരമേനോന്റെ വീട്ടിലെ നെല്ലുകുത്തുകാരിയായിരുന്നു എന്റെ അമ്മ. അവിടെ അരി വറുത്തു കുത്തിയുണ്ടാക്കുന്ന അവിൽ ചിലപ്പൊഴൊക്കെ ആരും കാണാതെ തുണിത്തുമ്പിൽ കെട്ടി അമ്മ വീട്ടിൽ കൊണ്ടുവരുമായിരുന്നു. മിക്ക ദിവസങ്ങളിലെയും എന്റെ ഉച്ചഭക്ഷണം അതായിരുന്നു. നനച്ച അവിലും ഒരു കൊപ്രപ്പുളും. ചിലപ്പൊഴൊക്കെ ഗോപാലകൃഷ്ണനും അതിൽ പങ്കാളിയായി. ഒരു പിടി അവിൽ തിന്ന് ഒരു കുടം വെള്ളം കുടിച്ചാൽ പിന്നെ അന്നത്തേക്കു വിശക്കില്ല എന്നതായിരുന്നു അതിന്റെ ഗുണം. അങ്ങനെയാണ് എനിക്ക് കുചേലൻ എന്ന പേരുവീണത്. ഇന്നിപ്പോൾ കാലം മാറിയിരിക്കുന്നു. അതുകൊണ്ടാവണം അവൾ അവിലിന്റെ സ്ഥാനത്ത് അണ്ടിപ്പരിപ്പു തന്നത്. എന്തായാലും തികഞ്ഞ ശ്രീകൃഷ്ണ ഭക്തയായ അവൾ ഈ രാത്രിയിൽ എന്തെങ്കിലും അത്ഭുതം സംഭവിക്കും എന്നുതന്നെ പ്രതീക്ഷിക്കുന്നു. അവളെ കുറ്റം പറഞ്ഞിട്ടും കാര്യമില്ലല്ലോ? ആകെയുള്ള ഈ കഞ്ഞിവയ്പുകൂടി നഷ്ടപ്പെട്ടാൽ കഞ്ഞികുടി മുട്ടുന്നത് സ്കൂളിലെ കുട്ടികൾക്ക് മാത്രമല്ല, ഈ വീട്ടിലും കൂടിയാണെന്ന് അവൾക്കറിയാം.

വിശദമായ മെമ്മോറാണ്ടവും ഭദ്രമായി പൊതിഞ്ഞ അണ്ടിപ്പരിപ്പുമായി ഞാൻ ഗോപാലകൃഷ്ണന്റെ വീട്ടിൽ ചെന്നുകേറുമ്പോൾ അവിടെ ഒരു വലിയ സംഘം തന്നെയുണ്ടായിരുന്നു. ആദ്യം ഒന്നു പകച്ചെങ്കിലും വളരെപ്പെട്ടെന്നു തന്നെ ഗോപാലകൃഷ്ണൻ എന്നെ തിരിച്ചറിഞ്ഞു.

തോളത്തു കൈയിട്ട് സന്തോഷപൂർവ്വം അവനെന്നെ അകത്തേക്കു കൊണ്ടുപോയി. ഞാനത്രയും പ്രതീക്ഷിച്ചതല്ല. എന്നെ ഏറ്റവും അമ്പരപ്പിച്ചത് പോത്തൻ കുര്യന്റെ സാന്നിധ്യമാണ്. ഊതി വീർപ്പിച്ച ബലൂൺ പോലിരുന്ന പോത്തൻ കാറ്റുകുത്തി വിട്ടതുപോലെ ചൊട്ടിപ്പോയിരിക്കു

ന്നു. ഇപ്പം കണ്ടാൽ ഒരു വലിയ കമ്പനി മാനേജരുടെ ഗമയും പക്വ തയും. പോത്തനെ കൂടാതെ അവിടെ ഉണ്ടായിരുന്ന മദാമ്മയും സായിപ്പും സ്കൂളിൽ വന്നിരുന്നവരാണെന്നു മനസ്സിലായി. നിൽക്കാതെ ചിലച്ചുകൊ ണ്ടിരിക്കുന്ന ആ മദാമ്മയുടെ മുലകൾ എന്നെ വല്ലാതെ അത്ഭുതപ്പെടു ത്തി. അത്രയും വലിയ മുലകൾ ഞാൻ ആദ്യം കാണുകയായിരുന്നു. ഇല്ലിക്കാട്ടിലെ കൊഴിഞ്ഞ ഇലകളുടെ മെത്തയിൽ കിടന്ന് പെറ്റിക്കോട്ടി നിടയിലൂടെ കണ്ട ഉഷയുടെ മുലകളേ എന്റെ ഓർമ്മയിലുള്ളൂ. പിന്നീട വൾ എന്റെയൊപ്പം വളർന്നിട്ടും കൂടെ കഴിഞ്ഞിട്ടും ഒരുകുഞ്ഞിന്റെ അമ്മ യായിട്ടും അവളുടെ മുലകൾ ഇപ്പോഴും ചെറുതുതന്നെ. ഇത് ഒരു അണ്ണാൻ കുന്നോളം മുല. ഒരു ഗ്രാമം നിറഞ്ഞു കിടക്കുന്നു. അമേരിക്ക ക്കാരെന്തു ഭാഗ്യവാന്മാരാണ് എന്നായിരുന്നു എന്റെ അപ്പോഴത്തെ ചിന്ത. അവർ ഗൗരവമേറിയ ചർച്ചയിൽ ഏർപ്പെട്ടിരിക്കുന്നതുകൊണ്ട് എനിക്ക ങ്ങനെയൊക്കെ ചിന്തിക്കാനും സമയം കിട്ടി.

ഇടയ്ക്കെപ്പോഴോ എന്നെ ഓർത്തിട്ടെന്നവണ്ണം ഒരു സ്ഫടികപ്പാത്ര ത്തിലെ അണ്ടിപ്പരിപ്പും ഒരു ഗ്ലാസ് മദ്യവും എനിക്കു നീട്ടി. രണ്ടും ഞാൻ നിഷേധിച്ചില്ല. പക്ഷേ, ആ മദ്യത്തിന്റെ രുചി എനിക്കത്ര പിടിച്ചില്ല. തേൻ പുഴയുടെ മുകരയിലെ പാക്കരന്റെ വാറ്റോ, പാപ്പൻ ചേവോന്റെ ചെത്തു കള്ളോ കുടിച്ചു ശീലിച്ച എന്റെ നാവിന് ആ രുചി ചേർന്നില്ല. ഒരു കവി ളിറക്കി ഞാനതവിടെത്തന്നെ വച്ചു.

അവരുടെ ചർച്ചയും വർത്തമാനങ്ങളും തുടർന്നുകൊണ്ടേയിരുന്നു. ഞാനവിടെ ഒരന്യനെപ്പോലെയായിരുന്നു. അല്ലെങ്കിൽത്തന്നെ പൂട്ടാൻ പോകുന്നൊരു സർക്കാർസ്കൂളിലെ കഞ്ഞിവെപ്പുകാരന് ഇതിലെന്തു കാര്യം. വന്ന കാര്യം പറയാനായി ഞാൻ പലപ്പോഴും ശ്രമിച്ചതാണ്. പക്ഷേ, കഴിഞ്ഞില്ല. അപ്പോഴൊക്കെ അതിലും വലിയ കാര്യങ്ങളാണ് അവരി ങ്ങോട്ടു പറയുന്നത്. ഞാൻ പ്രത്യേകിച്ചൊന്നും പറഞ്ഞില്ലെങ്കിലും അവ രുടെ സംഭാഷണങ്ങളിൽ എനിക്കുള്ള ഉത്തരവും ഉണ്ടായിരുന്നു.

അവരുടെ ചർച്ചയിൽനിന്നും എനിക്ക് മനസ്സിലായ കാര്യങ്ങളെ ഇങ്ങനെ സംഗ്രഹിക്കാം.

ഒന്ന്: അമേരിക്കയുടെ ആസൂത്രണത്തിൽ നടത്തപ്പെടുന്ന ഏതോ ലോകബാങ്ക് പദ്ധതിയുടെ മുഖ്യചുമതലക്കാരനാണ് ഗോപാലകൃഷ്ണൻ.

രണ്ട്: ലാഭകരമല്ലാത്തതെല്ലാം അത് പള്ളിക്കൂടമായാലും ആശുപ ത്രിയായാലും പൂട്ടുക എന്നതാണ് അവരുടെ ആവശ്യം.

മൂന്ന്: മനുഷ്യനല്ല പ്രധാനം പണമാണ്. അതിനുള്ള ആസൂത്രണ മാണ് സൂത്രത്തിൽ നടപ്പിലാക്കേണ്ടത്.

അവിൽപ്പൊതിയുടെ ആഗോളവല്ക്കരണം.

മേൽപ്പറഞ്ഞ മൂന്നുകാര്യങ്ങളും എനിക്കുംകൂടി മനസ്സിലാകുംവിധം ലളിതമായും വ്യക്തമായും ഗോപാലകൃഷ്ണൻ വിശദീകരിക്കുന്നുണ്ടാ യിരുന്നു. ഒന്നും എതിർത്തു പറയാനാവാതെ അവരുടെ വാദഗതികളിൽ തീർത്തും നിരാശനായ ഞാൻ പോകുവാനെഴുന്നേറ്റുകൊണ്ട് ഗോപാല

കൃഷ്ണനുനേരെ എന്റെ മെമ്മോറാണ്ടം നീട്ടി. അവനതു കൈയിൽ വാങ്ങാതെ അകത്തേക്കു നോക്കി ഭാര്യയെ വിളിച്ചു. രത്നങ്ങളിലും പട്ടു വസ്ത്രങ്ങളിലും പൊതിഞ്ഞ ഒരു സ്ത്രീരൂപം എനിക്കെതിരെ വന്നു നിന്നു. കാണുമ്പോഴേ അറിയാം അത് ഒരു ഉത്തരേന്ത്യൻ സ്ത്രീയാ ണെന്ന്. അവരോടെന്തൊക്കെയോ ഗോപാലകൃഷ്ണൻ ഹിന്ദിയിൽ പറ ഞ്ഞു. അവർ ഒരുതരം അഴുക്കു ചിരിയോടുകൂടി അകത്തേക്കു പോയി. അണ്ണാൻകുന്നിൽനിന്ന് ഇന്ത്യയിലേക്കും ലോകത്തിലേക്കും വളരാൻ നിൽക്കുന്ന ഗോപാലകൃഷ്ണനോട് എനിക്ക് അസൂയതോന്നി.

പോയതുപോലെത്തന്നെ ആ സ്ത്രീ തിളക്കമുള്ള താലത്തിൽ എന്തോ സാധനങ്ങളുമായി തിരികെയെത്തി. ഒപ്പം പോത്തൻ കുര്യനും സായിപ്പന്മാരും എനിക്കടുത്തേക്ക് വന്നു. അപ്പോൾ ഞാൻ മാത്രമായിരുന്നു കേന്ദ്രകഥാപാത്രം. പോത്തൻകുര്യനും ഗോപാലകൃഷ്ണനും കൂടി ഏക ദേശം ഒരു മണിക്കൂറോളം എന്നോട് സംസാരിച്ചു. പത്തുപേജുള്ള ഈ ഉപന്യാസത്തിൽ അതെല്ലാം കുത്തിനിറയ്ക്കാൻ പറ്റാത്തതുകൊണ്ട് ഞാനത് മൂന്നിലൊന്നായി സംഗ്രഹിക്കാം.

എന്നുവച്ചാൽ അതിവേഗം പായുന്ന ഈ ലോകത്ത് അമേരിക്കയാണ് നമ്മുടെ കൺകണ്ട ദൈവം. അണ്ണാൻകുന്നിലെ പഴയ സതീർത്ഥ്യന്മാരായ അവർക്ക് അരിവെപ്പുകാരൻ എന്ന എന്റെ ഇപ്പോഴത്തെ ഈ അവസ്ഥ യിൽ ദുഃഖമുണ്ട്. പക്ഷേ, എന്തു ചെയ്യാം. എന്തു ചെയ്താലും ലാഭത്തി ലാക്കാൻ പറ്റാത്ത ആ വിദ്യാലയം അടച്ചു പൂട്ടാൻ തന്നെ ഗവൺമെന്റി നോട് അവർ ശുപാർശ ചെയ്യും. പിന്നെ മൂന്നാംലോകരാജ്യങ്ങളിലെ ദാരിദ്ര്യം പരിഹരിക്കാൻ അവരുടെ കൈയിൽ ഒരു പുതിയ ഫോർമുല യുണ്ടുപോലും. അതിന്റെ പ്രചോദനം ഞാനാണണത്രേ. എന്റെ പഴയ അവിൽപ്പൊതി. അവിലും ശർക്കരയും കൊപ്രയും അമേരിക്കയിൽ സംസ്കരിച്ച് ഒരു പുതിയ ഭക്ഷ്യവസ്തുവാക്കിയിരിക്കുന്നു അവർ. അതു കഴിച്ചാൽ പിന്നെ വിശക്കില്ല ഒരിക്കലും.

ഒരു എം എൽ എം ഏജന്റിനെപ്പോലെ നിർത്താതെ പറഞ്ഞുകൊ ണ്ടിരുന്ന ഗോപാലകൃഷ്ണനെ നോക്കി ഞാൻ അസ്ത്രപ്രജ്ഞനായി നിൽക്കവേ വലിയ മുലകളുള്ള മദാമ്മ എന്നെ ഒരു പൊന്നാട അണി യിച്ചു. ഗോപാലകൃഷ്ണന്റെ ഭാര്യ ഒരു താലവുമായി മുന്നോട്ടുവന്നു. താലത്തിലെ മനോഹരമായി പായ്ക്ക് ചെയ്തിരിക്കുന്ന ടിൻഫുഡ്ഡിൽ നിന്നും ഓരോ പിടി വാരി ഗോപാലകൃഷ്ണൻ എന്റെ കൈയിലിരുന്ന മെമ്മോറാണ്ടത്തിലിട്ടു. മൂന്നാമത്തെ പിടിവാരിയിട്ടു കഴിഞ്ഞപ്പോൾ ഭാര്യ കൃത്യമായും അവന്റെ കൈക്കു പിടിച്ചു വിലക്കി. പിന്നെ അവരെല്ലാ വരും കൂടി ഒരു പ്രത്യേക താളത്തിൽ ചുവടുവെച്ചു എന്നെ പുറത്തേക്കു നയിച്ചു.

ഉപസംഹാരം (അന്ത്യഭാഗം)

നിലാവത്തഴിച്ചുവിട്ട കോഴിയെപ്പോലെയാണ് ഞാൻ വീട്ടിൽ വന്നു

കയറിയത്. ഭാര്യ അപ്പോഴും കൃഷ്ണവിഗ്രഹത്തിനു മുന്നിൽ പ്രാർത്ഥ
നയിലായിരുന്നു. അവളോടെന്തു മറുപടി പറയും? കള്ളം പറഞ്ഞിട്ട് കാര്യ
മില്ലെന്നായപ്പോൾ ഉണ്ടായതെല്ലാം തുറന്നുപറയാൻ തീരുമാനിച്ചു.

പക്ഷേ, അവളപ്പോഴും തികഞ്ഞ ആത്മവിശ്വാസത്തിലായിരുന്നു.
ഞാൻ പറഞ്ഞു തുടങ്ങുംമുമ്പേ ആഹ്ലാദത്തോടുകൂടി അവളാ അവിൽ
പൊതി എന്റെ കൈയിൽ നിന്നും വാങ്ങി. അത്ഭുതം ഇനിയാണ് സംഭവി
ക്കാൻ പോകുന്നത് എന്നായിരുന്നു അവളുടെ കണ്ടെത്തൽ.

അവൾ അപ്പോൾത്തന്നെ വിശന്ന് തളർന്നുറങ്ങുന്ന കുഞ്ഞിനെ വിളി
ച്ചുണർത്തി അവൾക്ക് അതിൽ നിന്നും പിടി നല്കി. രണ്ടാമത്തേത് അവൾ
തന്നെ കഴിച്ചു. മൂന്നാമത്തെ പങ്ക് എന്റെ നേരെ വച്ചു നീട്ടി. മടിച്ചുമടിച്ചാ
ണെങ്കിലും ഞാനുമത് വാങ്ങിക്കഴിച്ചു.

അത്ഭുതം! പറഞ്ഞാൽ നിങ്ങൾ വിശ്വസിക്കില്ലെന്നറിയാം. പക്ഷേ,
സത്യമാണ്. രാമപുരത്തുവാര്യരുടെ കുചേലവൃത്തം വഞ്ചിപ്പാട്ടിലേതു
പോലെ ഞങ്ങളുടെ ലോകവും പെട്ടെന്ന് മാറിമറിഞ്ഞു. അനേകം മായ
ക്കാഴ്ചകളുടെ ഉള്ളിൽ പറന്നുനടന്നു. സ്ഫടികതുല്യവും കൊട്ടാരസദൃ
ശ്യവുമായ വീട്ടിലെ പട്ടുമെത്തയിൽ കിടന്നുറങ്ങുകയാണ് ഇപ്പോൾ
ഞങ്ങൾ മൂന്നുപേരും. ദേവലോകതുല്യമായ ഒരനുഭൂതിയിലാണ് ഞങ്ങ
ളിപ്പോൾ. ഗോപാലകൃഷ്ണന്റെ ചെറുപ്പത്തിലെ ഒരുപാട് കുസൃതിക
ളോർത്ത് എനിക്ക് ചിരിപൊട്ടി. പക്ഷേ, അത് തൊണ്ടയിൽ കുരുങ്ങി
ഓക്കാനം വന്നു. തൊണ്ടവരണ്ടുവരികയാണ്. ഇത്തിരിവെള്ളം കിട്ടിയിരു
ന്നെങ്കിൽ.. പക്ഷേ, ഭാര്യയും കുഞ്ഞും ഗാഢനിദ്രയിലാണ്. ഒത്തിരി നാളു
കൂടി വയറുനിറച്ച് ആഹാരം കഴിച്ചതിന്റെ സുഖനിദ്രയായതിനാലാവാം
എത്ര കുലുക്കിവിളിച്ചിട്ടും അവർ ഉണരുന്നില്ല. എന്റെ കണ്ണുകൾ മെല്ലെ
അടഞ്ഞടഞ്ഞു വരികയാണ്. ഈശ്വരാ... ഈ ഗോപാലകൃഷ്ണന്റെ
ഓരോ ലീലാവിലാസങ്ങളേ..

പക്ഷേ, വീടിനു പുറത്ത് ഈ ആൾക്കാരെന്തിനാണ് ഇങ്ങനെ ഒച്ച
വച്ച് ശല്യമുണ്ടാക്കുന്നത്. എന്തിനാണ് എല്ലാവരും കൂടി ജനാലവഴി
ഇങ്ങനെ എത്തിപ്പിടിച്ചു അകത്തേക്കു നോക്കുന്നത്. എന്തിനാണിങ്ങനെ
മുറ്റം നിറച്ച് ആളുകൾ കൂട്ടം കൂടി നില്ക്കുന്നത്. അല്ലെങ്കിലും ഒരാൾ
നന്നാകുന്നത് മറ്റൊരാൾക്ക് ഇഷ്ടമല്ലല്ലോ എന്നോർത്ത് സമാധാനിക്കാം.

പക്ഷേ, എന്തിനാണീ നെറ്റിയിൽ തീയുള്ള വെള്ള ആംബുലൻസ്
വണ്ടി അലറി വിളിച്ച് എന്റെ വീടിനുള്ളിലേക്ക് കടന്നുവരുന്നത്?

എങ്കിലും ഗോപാലകൃഷ്ണാ...

അഭ്യാസം: ഇതുപോലെ നിങ്ങളും നിങ്ങളുടെ വിദ്യാലയത്തെക്കു
റിച്ച് പത്തുപേജിൽ കവിയാതെ ഒരു ഉപന്യാസം തയ്യാറാക്കുക.

ആകാശമേ കേൾക്ക

ഫിലിപ്പോസ് അച്ചായൻ അന്തരിച്ചു. ഇന്നലെ പുലർച്ചെ 4.45 ന് ഒരു സ്വകാര്യ ആശുപത്രിയിൽ വച്ച് ഹൃദയസ്തംഭനംമൂലമായിരുന്നു അന്ത്യം. രാവിലെ ഏഴുമണിക്ക് ഗോവിന്ദേട്ടൻ വിളിച്ചു പറയുമ്പോഴാണ് ഞാനറിയുന്നത്. വാർത്തകേട്ട് ഞാൻ ഞെട്ടിയില്ല. അതിനു കാരണം പല താണ്. അച്ചായനുമായി അത്ര അടുത്ത ബന്ധമൊന്നും എനിക്കുണ്ടായി രുന്നില്ല എന്നത് ഒരു കാരണം. രണ്ടാമത്തെ കാരണം അദ്ദേഹത്തിന്റെ ജീവിതത്തിന്റെ ഏതാണ്ട് എല്ലാ ഉത്തരവാദിത്വങ്ങളും ഏകദേശം പൂർത്തി യാക്കി എന്നതുകൊണ്ട് ആ കുടുംബത്തെ ഓർത്ത് വ്യാകുലപ്പെടേണ്ട കാര്യവുമില്ല.

മക്കളെയൊക്കെ അദ്ദേഹം നല്ലനിലയിൽത്തന്നെ എത്തിച്ചിട്ടുണ്ട്. മൂത്തമകൾ ഗൊരേറ്റി ഇമ്മാനുവേൽ ജർമ്മനിയിൽ നഴ്സാണ്. അവിടെ യുള്ള ജർമ്മൻകാരനെ കല്യാണം കഴിച്ച് അവിടെത്തന്നെ സുഖമായി താമസിക്കുന്നു. രണ്ടാമത്തെ പുത്രൻ അലക്സാണ്ടർ ഫിലിപ്പോസ് അയർലണ്ടിൽ കമ്പ്യൂട്ടർ എഞ്ചിനീയറാണ്. ഭാര്യ വണ്ടൻമേട്ടുകാരി ആലീസ് അവിടെത്തന്നെ നഴ്സും. മൂന്നാമത്തവൻ ജോസ് ഫ്രാൻസിസ് (ജോസുകുട്ടി) തിരുവനന്തപുരത്ത് ട്രാവൽ ഏജൻസി നടത്തുന്നു. ഭാര്യ അടൂരുകാരി എലീന എന്ന ബ്യൂട്ടീഷ്യ. അവർക്കൊപ്പം നാലാഞ്ചിറയി ലായിരുന്നു ഫിലിപ്പോസിന്റെയും കുഞ്ഞന്നാമ്മയുടെയും താമസം. സ്വസ്ഥ ഗൃഹസ്ഥാശ്രമം എന്നുവേണമെങ്കിൽ പറയാം.

ഞെട്ടാതിരിക്കാനുള്ള മൂന്നാമത്തെ കാരണം സർക്കാർ സർവ്വീസിൽ നിന്നും അടുത്തൂൺ പറ്റിപ്പിരിഞ്ഞ ഉദ്യോഗസ്ഥനായിരുന്നു എന്നതുതന്നെ. റിട്ടയേർഡ് ഹാൻഡ്സ് എന്നാൽ കാലന് കഞ്ഞിവച്ചവൻ എന്നാണ് നിർവ്വ ചനം. കാരണം എമിഗ്രേഷനും വിസയും സ്റ്റാമ്പ് ചെയ്തു വന്നിട്ടും റമ്മി

കളിച്ചും കള്ളു കുടിച്ചും കാലനെ കബളിപ്പിച്ചും കഴിയുന്നവരാണല്ലോ ഞങ്ങൾ.

പിന്നെന്തിനാണിപ്പോൾ ഫിലിപ്പോസച്ചായനെയോർത്തുള്ള ഈ വിചാരപ്പെടൽ എന്നായിരിക്കും നിങ്ങളുടെ ആലോചന. തീരുമാനിക്കാൻ വരട്ടെ. അതിനു മുമ്പ് ഞെട്ടാതിരിക്കാനുള്ള കാര്യങ്ങളേ ഞാനിതുവരെ പറഞ്ഞുള്ളു. ഇനി ഞെട്ടാനുള്ള കാരണങ്ങൾ പറയാനിരിക്കുന്നതേയുള്ളൂ എന്നു മനസ്സിലാക്കണം. മരണം ആർക്കും എപ്പോഴും എവിടെവെച്ചു വേണ മെങ്കിലും സംഭവിക്കാം. പക്ഷേ, ചില മരണങ്ങൾ അപ്രതീക്ഷിതവും അകാ രണവും അസമയത്തും ആയി പോകാറുണ്ട്. അത്തരത്തിലൊന്നാണ് ഫിലി പ്പോസച്ചായന്റെ മരണവും എന്നതാണ് ഞെട്ടാൻ തയ്യാറെടുക്കുന്നതിനു മുമ്പ് നിങ്ങൾ അറിഞ്ഞിരിക്കേണ്ട ഒരു കാര്യം. കാരണം അത്തരം ഒരു വെളിപ്പെടുത്തൽ അറ്റ്ലീസ്റ്റ് കുഴിയിലേക്ക് കാലും നീട്ടിയിരിക്കുന്ന നിങ്ങ ളുടെ ഹൃദയങ്ങൾക്കെങ്കിലും താങ്ങാൻ പറ്റുമോ എന്ന കാര്യത്തിൽ എനിക്കു സംശയമുണ്ട്. അതുകൊണ്ടാണ് ഞാനിവിടെ മറ്റു ചില കാര്യ ങ്ങൾകൂടി മുൻകൂട്ടി സൂചിപ്പിക്കാൻ നിർബ്ബന്ധിതനാക്കുന്നത്.

ആദ്യമായും ഫിലിപ്പോസച്ചായൻ ആളെങ്ങനെയാന്ന് നമുക്കൊന്ന് ഓർത്തെടുക്കാം. ആറടിയിലേറെ ഉയരം. മേൽച്ചുണ്ടിനോട് ചേർത്ത് വെട്ടിയ നേരിയ മീശ. പറ്റെ വെട്ടിയൊതുക്കിയ നരകേറിയ മുടി. പൊലീസ് വകുപ്പിൽനിന്ന് റിട്ടയർ ചെയ്തതുകൊണ്ടാവാം, എല്ലാ കാര്യങ്ങളിലും നല്ല ചിട്ട. പൊലീസുകാരനായതുകൊണ്ടല്ല. ഇടക്കാലത്ത് പട്ടാള സേവ നത്തിനുപോയതുകൊണ്ടാണ് ഈ ഡിസിപ്ലിനെന്നാണ് ഗോപിച്ചേട്ടന്റെ അഭിപ്രായം. അങ്ങനെ പറയാൻ കാരണം ലോകത്തൊരു ഡിസിപ്ലിനും പാലിക്കാത്ത ആളാണ് തൊട്ടടുത്തിരിക്കുന്ന റിട്ടയേർഡ് എ എസ് ഐ ഗോപാലപിള്ള എന്നതുതന്നെ. മരിച്ചുപോയ ഫിലിപ്പോസച്ചായനെ കൂടാതെ എല്ലാവരുടെയും ഭ്രമണകേന്ദ്രമായ ഗോപിച്ചേട്ടൻ, ഗോപാല പിള്ള, ഏജീസിൽനിന്നും റിട്ടയർ ചെയ്ത മുഹമ്മദ് അൻസാരി, നിർത്താതെ പുകവലിക്കുന്ന ചന്ദ്രമേനോൻ, മുന്തിയഇരിപ്പിടവും മുഖ്യ സ്ഥാനവും അലങ്കരിക്കാനിഷ്ടപ്പെടുന്ന മുൻകാല പത്രപ്രവർത്തകനായ ശേഖരൻ തുടങ്ങി വൈവിധ്യങ്ങളുടെയും വൈരുധ്യങ്ങളുടെയും ഒരു ചെറിയ തുരുത്തായിരുന്നു ഞങ്ങളുടെ പെൻഷനേഴ്സ് ക്ലബ്. വൈകു ന്നേരങ്ങളിൽ വെറുതെ വെടിപറഞ്ഞിരിക്കുക (അതിൽ കൂടുതലും ആയ കാലത്തെ വെടിക്കഥകളായിരുന്നു) അല്പം റമ്മി കളിക്കുക, കൂടുതൽ കള്ള് കുടിക്കുക ഇതൊക്കെയായിരുന്നു ക്ലബ്ബിലെ സ്ഥിരം കലാപരിപാ ടികൾ. വല്ലപ്പോഴും ഒരു ചെയ്ഞ്ചിനു വേണ്ടി മറ്റാരും വീട്ടിലില്ലാത്ത സമയം നോക്കി കുടികിടപ്പ് ആരുടെയെങ്കിലും വീട്ടിൽ ആകാറുണ്ട്. ഒരി ക്കൽ അങ്ങനെ ഒരു സന്ദർഭത്തിൽ അപ്രതീക്ഷിതമായി മക്കൾ വന്ന് പിടിവീണതുപോലെ അച്ചായനെ മൂന്നു ദിവസത്തേക്ക് വീടിന് പുറത്താ ക്കുക പോലുമുണ്ടായിട്ടുണ്ട്. ഗറില്ലായുദ്ധം നടത്തുന്ന ഒളിപ്പോരാളിക ളെപ്പോലെ ഞങ്ങൾ ഇത്തരം സന്ദർഭങ്ങളൊക്കെ നല്ലവണ്ണം ആസ്വദി

ക്കാറാണ് പതിവ്.

നമ്മൾ പറഞ്ഞ് വന്നത് ഫിലിപ്പോസച്ചായനെക്കുറിച്ചാണല്ലോ. അതി ലേക്ക് തിരിച്ചുവരാം. ഞങ്ങളുടെ കൂട്ടത്തിൽ ഏറ്റവും സൗമ്യനും മാന്യ നുമായിരുന്നു ഫിലിപ്പോസച്ചായൻ. കുടുംബമഹിമയെക്കുറിച്ച് പറയു മ്പോൾ മാത്രം ഇത്തിരി അതിശയോക്തി കലർത്തുന്ന സ്വഭാവം ഉണ്ടാ യിരുന്നു എന്നത് സത്യമാണ്. അതൊക്കെ ഒരു പട്ടാളക്കാരന്റെയോ പൊലീസുകാരന്റെയോ പതിവുവീരവാദങ്ങളായതുകൊണ്ട് ആർക്കും പരാതി ഉണ്ടായിരുന്നില്ല. തോമാശ്ലീഹാ നേരിട്ടു മാമ്മോദീസ മുക്കിയ കുടുംബത്തിലെ അംഗമാണെന്നാണ് അച്ചായന്റെ അവകാശവാദം. അതിന് ഉപോല്ബലകമായി അച്ചായൻ പറയുന്ന ഒരു കഥയുണ്ട്. അതി ങ്ങനെയാണ്.

എൻപ്പൂപ്പൻ ശരിക്കും പുത്തൂരം വീട്ടിലെ ചേകോന്മാരുടെ പിന്മുറ ക്കാരനാർന്ന്. പതിനെട്ടുകളരീലെ അടിതട അഭ്യാസങ്ങളും പഠിച്ചതിനു ശേഷം അപ്പൻ വിലസുന്ന കാലം. വടക്കെങ്ങും അപ്പന്റെ പേരും കീർത്തിയും പാടിപ്പുകഴ്ത്തുന്ന സമയം. ഈ സമയത്താണ് നമ്മുടെ തോമാശ്ലീഹാ പുണ്യാളൻ കാപ്പാട് കപ്പലിറങ്ങുന്നത്. മാമ്മോദിസാ മുങ്ങാനായിട്ട് ആൾക്കാരങ്ങു നെരന്നു. പക്ഷേ, തോമാശ്ലീഹായ്ക്കു തൃപ്തിയായില്ല. കരയിലെ മുന്തിയ കുടുംബത്തിലെ ആണൊരുത്തനെ മുക്കീട്ടേ ബാക്കിയുള്ളൂന്ന് മൂപ്പർക്ക് ഒരേ കടുംപിടിത്തം. അങ്ങനെയാണ് തോമാശ്ലീഹായുടെ കൈയിൽനിന്നും നേരിട്ട് ആനാം വെള്ളം സ്വീകരി ക്കാനുള്ള ഭാഗ്യം എന്റെ അപ്പന് കിട്ടുന്നത്. അങ്ങനെയാ ഞങ്ങൾ ക്രിസ്ത്യാനികളായത്.

അച്ചായന്റെ ഈ അവകാശവാദത്തെ ചരിത്രപുസ്തകം വെച്ച് വാഗ്വാ ദത്തിലേർപ്പെടാൻ നമ്മുടെ ഏകാധിപതിയായ മുൻപത്രാധിപർ പല പ്പോഴും ശ്രമിച്ചിട്ടുണ്ടെങ്കിലും അച്ചായനതൊക്കെ ചിരിച്ചുതള്ളി പറഞ്ഞി ടത്തുതന്നെ ഉറച്ചു നില്ക്കും. ഗോപാലപിള്ള മെഷീൻ വിടാൻ പോയതു പോലുള്ള നാറ്റക്കഥകളല്ലാത്തതുകൊണ്ടുതന്നെ അച്ചായന്റെ നിർദ്ദോഷ ങ്ങളായ വീരസ്യങ്ങളെ ആരും എതിർത്തില്ല.

ക്രിസ്തുവേദത്തിലേക്ക് മാർക്കം കൂടിയെങ്കിലും അപ്പൻ പഴയ തൊഴി ലൊന്നും മറന്നില്ല. ഒരിക്കൽ കോഴിക്കോട്ടങ്ങാടീൽ ഒരു പൊരിഞ്ഞ അടി നടന്നു. അങ്ങാടീലെ കയറ്റിറക്കുകാരുമായി ഒരു കശപിശ. എനിക്ക് പത്ത് വയസ്സ് പ്രായം. അപ്പൻ അന്ന് സ്വന്തമായിട്ടൊരു കാളവണ്ടിയൊക്കെ ഉണ്ടാ യിരുന്നു. അതിൽ ഞങ്ങൾ സാമാനങ്ങളും കേറ്റി അങ്ങാടീൽ വരുമ്പോഴാ പ്രശ്നം. അങ്ങാടീൽ ചുമടെടുക്കുന്ന മാപ്പിളമാരെല്ലാം കൂടി അപ്പനെ തല്ലി. കണ്ട ആപ്പോം ഊപ്പോം വന്നാൽ അപ്പൻ വിടുമോ? അപ്പൻ രണ്ടു കൈയും വീശി ആകാശത്തിൽ പറന്നടിച്ചു. നല്ല തണ്ടും തടീമുള്ള മാപ്പ മാരെല്ലാം നിലം പരിശ്. ഞാൻ കാളവണ്ടീല് ഇതെല്ലാം കണ്ടോണ്ട് ഇരി ക്കുവാർന്നു. ശത്രുക്കളെയെല്ലാം നിലംപരിശാക്കി അപ്പൻ എന്റെ അടു ത്തേക്ക് ഒരു വരവായിരുന്നു. നല്ല തലയെടുപ്പോടെ. കാഴ്ചക്കാരെല്ലാം

ആർപ്പുവിളികളോടെയാണ് അപ്പനെ സ്വീകരിച്ചത്.

പക്ഷേ, മാപ്ലമാർ ചതിച്ചു.

അച്ചായൻ കഥ അങ്ങനെ ക്ലൈമാക്സിൽ നിർത്തും. അതാണ് അച്ചാ യന്റെ കഥപറച്ചിലിന്റെ പതിവുരീതി. തെല്ലുനേരത്തെ നിശ്ശബ്ദതയ്ക്കു ശേഷം എല്ലാവരുടെയും ശ്രദ്ധ തന്നിലേക്ക് തന്നെയാണെന്ന് ഉറപ്പുവരു ത്തിയിട്ടുമാത്രമേ അച്ചായൻ കഥ തുടരൂ.

അപ്പൻ വണ്ടിക്കടുത്തേക്ക് തിരിച്ചുനടന്നതും ആൾക്കൂട്ടത്തിനിടയിൽ പതുങ്ങി നിന്ന ഒരു മാപ്ലച്ചെക്കൻ അപ്പന്റെ പിന്നിലൂടെ വന്നു. അവന്റെ കൈയിൽ പളപളാമിന്നുന്ന മലപ്പുറം കത്തി. ആളനക്കം കേട്ട അപ്പൻ പിന്തിരിഞ്ഞു നോക്കുമ്പോഴേക്കും അവൻ കത്തി വീശി. അപ്പന്റെ കഴു ത്തിന്റെ ഇടത്തുവശത്തു നിന്നും വലതുവശത്തേക്ക് വാഴത്തട മുറിക്ക ണതുപോലെ അത് കയറിയിറങ്ങി.

അത്രയും പറയുമ്പോഴേക്കും അച്ചായന് ആവേശം കയറും. സ്വതമേ ശാന്തസ്വഭാവക്കാരനായ അച്ചായൻ കൈയും കലാശവുമായിട്ടായിരിക്കും കഥ പൂർത്തിയാക്കുക.

കഴുത്തു മുറിഞ്ഞാലെന്നാ അപ്പനുണ്ടോവിടുന്നു. ആകാശം കിടു ങ്ങുന്ന മാതിരി ഒറ്റ അലർച്ചയല്ലായിരുന്നോ? ഒരു പീരങ്കി ഒച്ചയ്ക്കുപോ ലുമില്ല ഇത്രയും മുഴക്കം. അപ്പൻ നിന്ന നില്പിൽ ചാടിയുയർന്ന് മാപ്ല ച്ചെക്കന്റെ വയറ്റത്തൊറ്റത്തൊഴി. അവൻ തുറുകേം മുള്ളുകേം ഒരുമിച്ച് ചെയ്തു. പുറകോട്ടങ്ങുമറിഞ്ഞു. അവിടെക്കിടന്നു ചത്തു. പക്ഷേ, ഞാനന്നു കുഞ്ഞല്ലേ? അപ്പന്റെ കഴുത്തിൽനിന്നും ചോരചീറ്റുന്ന കണ്ടപ്പം ഞാനങ്ങ് പേടിച്ചുപോയി. ഞാൻ പെട്ടെന്ന് അപ്പാ എന്നൊരു വിളി.

ഞാൻ വിളിച്ചതും അപ്പൻ വിളികേട്ടതും പിന്നിലേക്ക് തിരിഞ്ഞു എന്നെ ഒന്നു നോക്കീതും ദാ... പ്ധിം. ചെത്തി നിർത്തിയ വാഴത്തടി തെന്നി വീഴും പോലെ തലതിരിഞ്ഞ് അങ്ങനായിരുന്നു. അപ്പന്റെ മരണം. ഞാനന്ന് ആ വിളി വിളിച്ചില്ലാരുന്നേ അപ്പനിപ്പഴും കണ്ടേനെ.

ഈ കുലമഹിമയുടെ പിൻബലം കൂടെക്കൂടെ പറയാൻ കാരണം അപ്പൻ മരിച്ചതിനുശേഷമുള്ള ഫിലിപ്പോസച്ചായന്റെ കഷ്ടതകൾത്ത ന്നെയാണ്. അപ്പനുണ്ടാക്കിയ പേരല്ലാതെ കുടുംബത്തിന് ആസ്തിയൊ ന്നുമുണ്ടായിരുന്നില്ല. അങ്ങനെയാണ് അച്ചായൻ പട്ടാളത്തിൽ ചേർന്നത്. അതുകൊണ്ടു രണ്ടു പെങ്ങമ്മാരെ കെട്ടിച്ചയച്ചു. അനിയനെ പഠിപ്പിച്ചു. അങ്ങനെ പലതും ചെയ്തു. ഒടുവിൽ രണ്ടുകാലിൽ നില്ക്കാമെന്നായ പ്പോഴാണ് പട്ടാളത്തിൽനിന്ന് പിരിഞ്ഞത്. ഭാഗ്യത്തിന് ഇവിടെ പൊലീസ് വകുപ്പിൽ തന്നെ ജോലിയും തരപ്പട്ടു. പിന്നീടാണ് ശോശാമ്മയും അതിനു പിന്നാലെ മൂന്ന് മക്കളും ഫിലിപ്പോസച്ചായന് സ്വന്തമായത്.

നല്ല കഠിനാധ്വാനിയായിരുന്നു അച്ചായൻ. മൂന്നുമക്കളെയും പഠി പ്പിച്ച് ഒരു കരപറ്റിക്കാൻ ചില്ലറ പാടല്ല പെട്ടിട്ടുള്ളത്. ഇപ്പോൾ ഇളയ മകൻ ജോസുട്ടിയുടെ കൂടെയാണ് താമസം എന്നു ഞാൻ മുമ്പു പറ ഞ്ഞില്ലേ. അതുവീട് ജോസുട്ടീടെയാണെങ്കിലും ആ സ്ഥലം അച്ചായൻ

പണം കൊടുത്ത് വാങ്ങീതാണ്, പെൻഷൻ പറ്റി പിരിഞ്ഞപ്പോൾ കട ങ്ങൾ തീർത്തശേഷം ബാക്കിവന്നതുകകൊണ്ട് വാങ്ങിയിട്ട മണ്ണാണത്. അതുവരെ ശോശാമ്മയുടെ കൈപിടിച്ച് എത്ര വാടകവീടുകൾ മാറിക്ക യറി. ഒടുവിൽ സ്വന്തമായി ഇത്തിരി മണ്ണ് വേണമെന്ന് തോന്നിയപ്പോൾ ശോശാമ്മയോടു പറഞ്ഞു.

"കടം വീട്ടിക്കഴിഞ്ഞാലുള്ള കാശ് കൊണ്ട് നാഴി മണ്ണ് വാങ്ങണം." അപ്പോൾ ശോശാമ്മ പറയും. "നിങ്ങൾക്കെന്തൊ ഭ്രാന്തുണ്ടോ മനു ഷ്യനെ, മക്കളെല്ലാം ഒരു കരയ്ക്കായില്ലേ. ഇനി എന്നാത്തിനാ മണ്ണ്. മരി ച്ചാലടക്കാൻ സെമിത്തേരിയല്ലേ ഉള്ളത്." അപ്പോഴും അച്ചായൻ തർക്കി ക്കും. "അതല്ലെടീ അതിന്റെഒരിത്. ഇറ്റ് മണ്ണ് സ്വന്തമായിട്ടുണ്ടായാൽ ആരും നമ്മളോട് കയറി ഇറങ്ങിപ്പോകാൻ പറേത്തില്ലല്ലോ."

"ഇതെന്നാത്തിന്റെ സൂകേടാ നിങ്ങൾക്ക് ഇതിപ്പം ആരാ നിങ്ങളോട് ഇറങ്ങിപ്പോകാൻ പറേണത് നമ്മടെ മക്കളോ?"

ശോശാമ്മ കോപിക്കും

"പറേത്തില്ലായിരിക്കും. എന്നാലും ഈ വയസ്സാംകലത്ത് സന്തോ ഷമായിട്ടൊന്നിറങ്ങി നടക്കാൻ അതല്ലേടീ നല്ലത്." അച്ചായാൻ ഭാര്യയെ അനുനയിപ്പിക്കും.

"ആ.. എനിക്കറിയാൻ മേല. നിങ്ങളെന്താണേ ചെയ്യ്. പിള്ളാര റിഞ്ഞാ നല്ല പുകിലായിരിക്കും" പറഞ്ഞില്ലാന്നു വേണ്ട.

ശോശാമ്മ അടുക്കൊന്ന് വിറപ്പിച്ച് അകത്തേക്കു പോകും. അച്ചായ നറിയാം അവളങ്ങനെയാണ്. എപ്പോഴും മക്കളുടെ പക്ഷത്തായിരിക്കും അവൾ. അങ്ങനെതന്നെ ആയിരിക്കുകയും വേണം. അച്ചായനൊന്നു തീരു മാനിച്ചാൽ പിന്നെ മാറ്റമില്ല.

അങ്ങനെയാണ് ഒത്തിരി അന്വേഷണങ്ങൾക്കുശേഷം നാലാഞ്ചിറ യിൽ ഈ 12 സെന്റ് വാങ്ങുന്നത്. അന്ന് ഭാര്യയും മക്കളും ഉൾപ്പെടെ എതിർത്തു. അച്ചായൻ ഈ ചതുപ്പിന് കാശ് കളയരുതെന്ന് ഉപദേശിച്ചു. പക്ഷേ, ഇന്നോ.. ഇന്നാ ഭൂമിക്ക് പൊന്നുവിലയാണ്. കാലം മാറിയപ്പോ മക്കളുടെയൊക്കെ അഭിപ്രായവും മാറി. അങ്ങനെയാണ് ജോസുട്ടി ഈ സ്ഥലത്ത് ഒരു രണ്ട് നില വീടുവയ്ക്കുന്നതും താമസം ഇങ്ങോട്ടു മാറ്റു ന്നതും.

ജോസുട്ടിയുടെ ഭാഗമായി ടൗണിൽത്തന്നെ ഒരു വീടുണ്ടായിരുന്നു. അത് ഭാര്യയുടെ ബ്യൂട്ടിപാർലർ ആക്കിയശേഷമാണ് ഇവിടെ വീടുവയ്ക്കു ന്നത്. ഒടുവിൽ വരാനുള്ളത് വഴിയിൽ തങ്ങില്ലെന്ന് പണ്ട് കാർന്നോമ്മാരു പറഞ്ഞതുപോലായി കാര്യങ്ങൾ എന്നുപറഞ്ഞാൽ മതീലോ.

അതിനെക്കുറിച്ച് പറയുന്നതിന് മുമ്പ് നമുക്ക് ശോശാമ്മച്ചേച്ചിയെ ഒന്നു കണ്ടിട്ടുവരാം. പാവം എത്രമാത്രം വേദനിക്കുന്നുണ്ടാവും. ഇപ്പോൾ ഊണിലും ഉറക്കത്തിലും സന്തോഷത്തിലും സന്താപത്തിലും ഒരുമിച്ചി രിക്കാം എന്ന് പ്രതിജ്ഞയെടുത്തവരിൽ ഒരാൾ പോയി. കർത്താവായി ഒരുമിപ്പിച്ചവരെ മനുഷ്യരായി വേർപെടുത്തരുതെന്ന വചനം കൃത്യമായി

കാത്തുപോന്നിരുന്നവരാണല്ലോ അവർ. ഏത് കഷ്ടപ്പാടിനിടയിലും അച്ചാ യൻ ശോശാമ്മച്ചേച്ചിക്ക് ഒരു കുറവും വരുത്തിയിട്ടില്ല. അച്ചായനുണ്ടി ല്ലെങ്കിലും ശോശാമ്മയെ ഊട്ടി. താൻ ഉടുത്തില്ലെങ്കിലും അവളെ ഉടുപ്പി ച്ചു. എന്നിട്ടിപ്പോളിതാ ദൈവമായിത്തന്നെ വേർപെടുത്തിയിരിക്കുന്നു. ശോശാമ്മച്ചേച്ചിക്ക് ആ ദുഃഖം താങ്ങാനാവുന്നില്ല. അവരതൊക്കെ ഒളി ച്ചുവയ്ക്കാതെ സന്ദർശകരോടൊക്കെ പറയുകയും ചെയ്യുന്നുണ്ട്.

അച്ചായൻ എന്നും രാവിലെ 5 മണിക്ക് എഴുന്നേറ്റ് ബാത്ത്റൂമിൽ പോകാറുള്ളതാ. അതു കഴിഞ്ഞുവന്ന് വീണ്ടും ഒരു അരമണിക്കൂർ കിടക്കും. അപ്പോഴേക്കും ഒരു കട്ടൻകാപ്പി കിട്ടണം. അതു കുടിച്ചുകൊണ്ട് വരാന്തയിൽ പോയിരിക്കും. 6 മണിക്ക് പത്രവും വരുന്നത് നോക്കി. പത്രം വന്നാൽ ആദ്യം വായിക്കുന്നത് അച്ചായനായിരിക്കും. അതും തുടക്കം മുതൽ ഒടുക്കംവരെ ഒരു പരസ്യംപോലും വിടാതെ കമ്പോട്ടുകമ്പ് വായി ക്കും. അതാണ് പണ്ടുമുതലേ ഉള്ള ശീലം.

ഇന്നലെയും പതിവുപോലെ 5 മണിക്ക് എഴുന്നേറ്റ് ബാത്ത്റൂമിൽ പോയി. ഞാനെഴുന്നേറ്റു അടുക്കളയിലേക്കും. അടുക്കളയിൽനിന്നും കട്ടൻകാപ്പിയുമായി വന്ന് ബഡ്റൂമിൽ നോക്കുമ്പോൾ ആളെകാണാനില്ല. ബാത്റൂം തുറന്നു നോക്കിയപ്പോൾ അവിടെയുമില്ല. എന്നാൽ വരാന്ത യിൽ കാണുമെന്നു വിചാരിച്ച് അങ്ങോട്ട് ചെല്ലുമ്പോഴുണ്ട് സ്വീകരണമു റിയിലെ സെറ്റിയിൽ ചാരിയിരുന്നുറങ്ങുന്നു. അത് പതിവുള്ളതല്ല. ശ്ശെടാ ഇതെന്താ പുകിലാ? നിങ്ങൾക്കെന്നാ കട്ടിലേക്കിടന്നുറങ്ങാൻ മേലേ മനു ഷ്യനേ എന്ന് ചോദിച്ചുകൊണ്ട് കാപ്പി ടീപ്പോയിൽവച്ചിട്ട് ഞാൻ തോളത്ത് പിടിച്ച് കുലുക്കി. അപ്പോഴുണ്ട് തല എന്റെ കൈയിലേക്ക് ചരിഞ്ഞു ഞാന്നോക്കുമ്പം കണ്ണുരണ്ടും മേലോട്ട് മറിഞ്ഞിരിക്കുന്നു. ജോസൂട്ടി ഓടി വാടാ എന്നു ഞാനലറി. അവൻ ഒറക്കപ്പായിൽനിന്നും എന്നാമ്മച്ചീ. എന്നാ മ്മച്ചീ എന്നുചോദിച്ചുകൊണ്ട് ഓടിക്കിതച്ചെത്തി. ഞാനപ്പോഴേക്കും വായി ലിത്തിരി വെള്ളം ഒഴിച്ചുകൊടുത്തു. അതിൽ പകുതി ഇറക്കി ബാക്കി മുഴുവൻ പുറത്തേക്കൊഴുകി.

പിന്നെ എനിക്കൊന്നും അറിയാമ്മേലേ... എന്റെ ജോസൂട്ടി കാറിറ ക്കുന്നതും ആൾക്കാരൊക്കെ താങ്ങിപ്പിടിച്ച് ആശുപത്രീലോട്ട് കൊണ്ടു പോകുന്നതും മാത്രമായിരിക്കും. ശോശാമ്മച്ചേച്ചി വരുന്നവരോടൊക്കെ നടന്ന കാര്യങ്ങളത്രയും വള്ളിപുള്ളി വിടാതെ വിവരിക്കും. എന്നിട്ടൊടു വിൽ കണ്ണീരടക്കാൻ പാടുപെട്ടുകൊണ്ട് പ്രാർത്ഥനാമുറിയിലേക്കോടും. കർത്താവിന്റെ ക്രൂശിതരൂപത്തിനു മുന്നിൽ എല്ലാം കരഞ്ഞുതീർത്തിട്ട് വീണ്ടും പുറത്തേക്ക്.

മുറ്റത്തിലും വീട്ടിനുള്ളിലും നിറച്ചും ആൾക്കാരുണ്ട്. മരിച്ച ഉടനെ ആശുപത്രിയിലെത്തിയവർക്കല്ലാതെ ആർക്കും കാണാൻ പറ്റീട്ടില്ല. അപ്പോഴേ ഫ്രീസറിലേക്ക് മാറ്റിയില്ലേ. വിദേശത്തു നിന്നും മക്കളെത്ത ണ്ടേ. അതുകൊണ്ടാ അടക്കിന്നത്തേക്കു മാറ്റിയത്. ശോശാമ്മ അങ്ങനെ പറഞ്ഞുതീർന്നതും ജോസൂട്ടിയുടെ ഭാര്യ എലീന വന്നറിയിച്ചു.

"അമ്മേച്ചീ... വല്യച്ചായനും ചേച്ചീം ഒക്കെ എയർപോർട്ടിൽവന്നിട്ടു ണ്ടെന്നറിയിച്ചു. ജോസൂട്ടിച്ചായൻ ഹോസ്പിറ്റലിലേക്ക് പോകുവാത്രേ. ഡെഡ്ബോഡി കൊണ്ടുവരാൻ."

എലീന അത്രയും പറഞ്ഞതുകേട്ടതും ശോശാമ്മയ്ക്ക് പിടിച്ചു നില്ക്കാനായില്ല. അവൾ മുഖം പൊത്തിക്കരഞ്ഞുകൊണ്ട് പ്രാർത്ഥനാ മുറിയിലേക്ക് വീണ്ടും ഓടിക്കയറി. കർത്താവിന്റെ മുന്നിൽനിന്ന് നെറ്റി യിൽ കുരിശുവരച്ചു

അപ്പോഴേക്കും സെന്റ് ജോൺസ് ഹോസ്പിറ്റലിന്റെ ഫ്രീസറിൽ നിന്ന് മോചിതനായ അച്ചായൻ ഒട്ടും വൈകാതെ ശോശാമ്മക്കരികിലേക്ക് പാഞ്ഞു. മുറ്റത്തും വരാന്തയിലും അവളെ കാണാതെ വന്നപ്പോഴാണ് പ്രാർത്ഥനാമുറിയുടെ ജനാലയ്ക്കരികിൽ ചെന്നത്. ഭാഗ്യം അവൾ അക ത്തുതന്നെയുണ്ട്. 45 വർഷത്തെ ദാമ്പത്യത്തിന്റെ എല്ലാ സ്നേഹവും നിറച്ച് അച്ചായൻ നിശ്വസിച്ചു.

ശോശാമ്മേ..

ശവക്കല്ലറയ്ക്കുള്ളിൽ നിന്നുള്ള മുഴക്കം പോലെ അവളാ ശബ്ദം കേട്ടു. കൺതുറന്നു നോക്കുമ്പോഴുണ്ട് ജനാലയ്ക്കരികിൽ തന്റെ ഫിലി പ്പോസച്ചായൻ. അച്ചായന്റെ മുഖം ദയനീയവും വിവർണ്ണവുമായിരുന്നു. തണുത്തുമരവിച്ച ആ മുഖത്തെ പേശികൾക്ക് ചലനമുണ്ടായിരുന്നില്ല. പര സ്പരം ഒട്ടിപ്പോയ ചുണ്ടുകൾ പാടുപെട്ട് പിളർത്തി അച്ചായൻ പറഞ്ഞു.

എങ്കിലും എന്റെ ശോശാമ്മേ നീയും..

ശോശാമ്മ സങ്കടവും സംഭ്രമവും ഉള്ളിലടക്കി ജനാലയ്ക്കരികി ലേക്ക് ചെന്നു. ജനാലയഴികളിൽ മുറുകെ പിടിച്ചിരുന്ന അച്ചായന്റെ വിര ലുകളിൽ മെല്ലെ തൊട്ടു. മഞ്ഞുപാളിയിൽ സ്പർശിച്ച പോലെ തണുപ്പ് ശോശാമ്മയിലേക്ക് പടർന്നു. തീർത്തും നിസ്സഹായയെപ്പോലെ അവർ തന്റെ ഭർത്താവിനെ നോക്കി.

"ഞാനെന്നാ ചെയ്യാനാ അച്ചായാ. സംഭവിച്ചതൊക്കെ നമുക്കും കർത്താവിനും മാത്രം അറിവുള്ളതാണല്ലോ? ഞാനന്നേ പറഞ്ഞതല്ലാ യിരുന്നോ ഈ സ്ഥലം വാങ്ങണ്ടാന്ന്. എന്നിട്ടെന്തു പറ്റി. പറ്റുണിലെ വീട് ഭാര്യയ്ക്ക് ബ്യൂട്ടിപാർലർ നടത്താൻ കൊടുത്തിട്ട് അവനിവിടെ വീടുപ ണിയാൻ തീരുമാനിച്ചപ്പം തുടങ്ങിയതല്ലേ നിങ്ങൾ തമ്മിലുള്ള തെറ്റല്. അവനെത്ര ചോദിച്ചിട്ടും നിങ്ങളെഴുതിക്കൊടുത്തോ. ഞാനെത്ര പ്രാവശ്യം നിങ്ങളോട് പറഞ്ഞതാ."

"അതെങ്ങനാടി ഒണ്ടാരുന്നതെല്ലാം എല്ലാവർക്കും നുള്ളിപ്പെറുക്കി കൊടുത്തേച്ചും മിച്ചം വന്ന കാശിന് മേടിച്ചതല്ലേടീ ഈ മണ്ണ്. അതും അവനെന്നാത്തിനാടീ തട്ടിപ്പറിക്കുന്നെ."

"നിങ്ങള് പറയുന്നതൊക്കെ ശരിതന്നെയാ. പക്ഷേല്, അന്ന് തുട ങ്ങീയതല്ലേ അപ്പനും മകനും തമ്മിൽ കീരീം പാമ്പും പോലെ. അതല്ലാ യിരുന്നെങ്കില് ഇങ്ങനെയൊക്കെ ഇപ്പം സംഭവിക്കുമായിരുന്നോ?"

"അല്ലേലും നീ എപ്പോഴും മക്കളുടെ പക്ഷത്തല്ലായിരുന്നോ,

ഞാനെന്നും ഒറ്റ സ്ഥലം എഴുതിക്കൊടുത്തില്ലേലും വീടുവയ്ക്കാൻ ഞാൻ സമ്മതിച്ചില്ലേ. പിന്നെന്നാത്തിനാടീ അവനിന്നലെ..."

"ആ എനിക്കറിയാമ്മേല, നിങ്ങളിന്നലെ ക്ലബ്ബിപ്പോയി കള്ളുകുടി ച്ചേച്ച് വന്നപ്പം പൊലീസു പിടിച്ചെന്നോ അൺഡ്രയറിട്ട് സ്റ്റേഷനി നിർത്തീ ന്നോ, ഒടുവിൽ ജോസൂട്ടിയെ പരിചയമുള്ള എസ് ഐ ആയതുകൊണ്ട് വെറുതെ വിട്ടെന്നോ ഒക്കെ ഇവിടെ വന്നുകേറിയപ്പം മൊതല് കെടന്ന് ചെതറിക്കുന്ന കേട്ടു. ജർമ്മനീലും അയർലേണ്ടിലുമൊക്കെ അപ്പത്തന്നെ വിളിച്ചുപറഞ്ഞു. ഞാൻ നിങ്ങളോട് പറഞ്ഞിട്ടുള്ളതല്ലേ ക്ലബ്ബിലും മറ്റും പോകണ്ടാന്ന്."

"ഞാനീ ജീവിതത്തിൽ അവസാനകാലത്ത് കൂട്ടുകാരോടൊത്ത് ഇത്തിരി കള്ളുകുടിക്കുന്നതാണോടി തെറ്റ്. ഇവമ്മാരും ഭാര്യമാരും എന്നും ക്ലബ്ബിപ്പോയി കുടിച്ചു കൂത്താടിവരുന്നത് നീ കാണുന്നില്ലേ."

"അവര് പിള്ളേരല്ലേ. ഇപ്പോഴത്തെ കാലമല്ലേ. നമ്മളല്ലേ അടങ്ങി ഒതുങ്ങിക്കഴിയേണ്ടത്. തന്നേമല്ല മക്കളൊക്കെ നല്ല നെലേ കഴിയുമ്പം അവർക്കത് നാണക്കേടല്ലേ മനുഷ്യനെ. അതെന്താ നിങ്ങൾ ഓർക്കാ ത്ത്. ഇന്നലെ ജർമ്മനീന്ന് ലാലി വിളിച്ച് എന്നെ എന്തെല്ലാം പറഞ്ഞെ ന്നറിയാമോ."

"അപ്പം നീയും അവൻ ചെയ്തതിനെ ന്യായീകരിക്കുകകാണല്ലേ? നിനക്കെങ്ങനെ പറ്റുന്നെടീ വരണോരോടും പോണോരോടുമൊക്കെ ഇങ്ങനെ നട്ടാക്കിളുക്കാത്ത കള്ളം പറയാൻ?"

"ഇതു നല്ല കൂത്ത്. ഞാൻ പിന്നെന്നാ പറേണം. എളേ പുത്രൻ തൊഴിച്ചു കൊന്നതാണെന്നോ? അങ്ങനെ പറഞ്ഞ് ഈ കുടുംബത്തിന് നാണക്കേടുണ്ടാക്കണാരുന്നോ. ജോസൂട്ടിയെ ജയിലിൽ കേറ്റണാരുന്നോ? നിങ്ങളെ ആശുപത്രീമേശേക്കിടത്തി കീറിമുറിക്കണാരുന്നോ?" ഫിലിപ്പോ സച്ചായൻ ഒന്നും പറഞ്ഞില്ല.

"ഇപ്പം ദേ മെത്രാനച്ചനാ അടക്കാൻ വരുന്നത്. ഇന്നത്തെ മനോരമ പത്രത്തിക്കണ്ടോ വെണ്ടയ്ക്ക മുഴുപ്പിലാ നിങ്ങളുടെ പേരും പടവും അച്ച ടിച്ചിരിക്കുന്നത്. അതും കളറില്. അതിനുമാത്രം ജോസൂട്ടിക്ക് അമ്പതി നായിരം രൂപ ചെലവയീന്നാ എലീനാമ്മ പറയുന്നത്. ഫിലിപ്പോസച്ചാ യൻ പിന്നെ ഒന്നും പറഞ്ഞില്ല.

"സംഭവിച്ചതൊക്കെ സംഭവിച്ചു. എല്ലാം മനസ്സിൽ അടക്കിവെ ച്ചോണ്ടു ഞാൻ നടക്കുന്നത് കണ്ടില്ലേ." ശോശാമ്മ നെടുവീർപ്പിട്ടു. "ശോശാമ്മേ നീ വ്യാകുലപ്പടേണ്ട എനിക്കാ പാട്ടൊന്നു കേൾക്കണം. അത്രമാത്രം നീ അതൊന്നുവച്ചേ."

ശോശാമ്മ പ്രാർത്ഥനാമുറിയിലെ ടേപ്പ് റെക്കാർഡറിലെ പാട്ടിട്ടു. അച്ചായന്റെ പ്രിയപ്പെട്ട പാട്ട്.

ആകാശമേ കേൾക്ക
ഭൂമിയേ ചെവിതരിക
ഞാൻ മക്കളെ പോറ്റി വളർത്തി

അവരെന്നോടു മത്സരിക്കുന്നു

അത്രയുമായപ്പോഴേക്കും വാതിലിൽ തെരുതെരെ മുട്ടുന്നതും "അമ്മച്ചീ കതകുതുറക്കമ്മെച്ചീ ഇതാ ആംബുലൻസ് വന്നു" എന്നുള്ള എലീനയുടെ പറച്ചിലുംകേട്ട് ശോശാമ്മ ടേപ്പ് നിർത്തി അച്ചായനോട് പറഞ്ഞു.

"ഇനിയെങ്കിലും ഞാൻ പറേന്നതൊന്നു കേക്ക്. മക്കളെ അനുസരിച്ച് അടങ്ങിയൊതുങ്ങി അവിടെ ചെന്നു കിടക്ക്. ഞാനിപ്പവരാം. മക്കടെ കൂട്ടുകാരും ബന്ധുക്കളും നാട്ടുകാരും ഒക്കെ വരണതല്ലേ. ഈ സാരി മാറ്റി ഒരു നല്ല സാരി ഉടുക്കണ്ടേ."

ശോശാമ്മ ധൃതിയിൽ പ്രാർത്ഥനാമുറിവിട്ട് പുറത്തേക്കിറങ്ങി.

ഫിലിപ്പോസച്ചായൻ അനുസരണയുള്ള കുട്ടിയെപ്പോലെ വരാന്തയിലേക്കു ചെന്നു. ആംബുലൻസിൽ നിന്നു വരാന്തയിലേക്ക് ഒരു അലങ്കരിച്ച പെട്ടി ഇറക്കിവെച്ചു.

അപ്പോൾ പെട്ടിക്കുള്ളിലെ ശവം ഒന്നിളകിയത് ആരും കണ്ടില്ല.

www.ingramcontent.com/pod-product-compliance
Lightning Source LLC
La Vergne TN
LVHW041731190726
843493LV00007B/2309